വാല്മീകി രാമായണം

ഗദ്യസംക്ഷിപ്തം

ലളിതവ്യാഖ്യാനം

ദുർഗ മനോജ്

മനഃശാസ്ത്രത്തിൽ ബിരുദാനന്തര ബിരുദം. ഉള്ളൂർ സർവ്വീസ് സഹകരണ ബാങ്കിന്റെ സെക്രട്ടറി (ഇൻ ചാർജ്) ആയി പ്രവർത്തിക്കുന്നു. പ്രചോദനാത്മക പുസ്തകങ്ങളായ വിജയം നിങ്ങളുടേതാണ്, ജയിക്കണം എനിക്ക്, ആകാശത്തിനും ഉയരെ എന്നിവ പ്രസിദ്ധപ്പെടുത്തി. ബാലസാഹിത്യ കൃതികളായ കുഞ്ഞനിലയും ആൽമരവും, ഉത്തരധ്രുവത്തിൽ നിന്നൊരു കുഞ്ഞു മേഘം, സ്നേഹക്കൂട്ട് എന്നിവയും പ്രസിദ്ധീകരിച്ചിട്ടുണ്ട്.

ഭർത്താവ്: എം.പി. മനോജ്

മക്കൾ: ശിവാനി, ഹരി നാരായണൻ

durga_atl@yahoo.com
facebook.com/durgaamanoj

ദുർഗ മനോജ്

വാല്മീകി രാമായണം

(ആദ്ധ്യാത്മികം)

മാക്സ് ബുക്സ്
കോട്ടയം
2021

വില: **199** രൂപ

Valmiki Ramayanam
By Durga Manoj
Malayalam (Religion)

Published by:-
MAX BOOKS
Maxlive Media Solutions Pvt Ltd.
Muppathiyil Building, Muttambalom Post,
Kanjikuzhy, Kottayam 686 004
maxlivemediasolutions@gmail.com
maxbookskerala@gmail.com
Ph: 90740 98776, 73060 23373

Cover Design: Rajesh Chalode

Online Bookstore:
www.maxbooksonline.com
www.ramayanam.store

Printed in India
at Penta Offset, Kottayam

Edition:
First Editon July 2021
Copies: 1000
Price Rs: 199/-

ISBN: 978-93-91085-16-2

ഇതിഹാസമായി മാറിയ ഋഷിഗീതം.
ത്രേതായുഗത്തിന്റെ സ്പന്ദനങ്ങളപ്പാടെ ഉരുക്കഴിച്ചെഴുതിയ
മഹാകാവ്യത്തിന് കാലോചിതമായ ഗദ്യപരിഭാഷ.
പൗരാണികതയുടെ ചേതോഹാരിതയെ ലാളിത്യത്തിന്റെ
ഇമ്പമാർന്ന കഥാരീതിയിൽ യുഗാന്തരങ്ങൾക്കിപ്പുറത്തേക്ക്
അവതരിപ്പിക്കാനാവുന്നത് പുണ്യം.
വായന, അതിലുമേറെ മോക്ഷദായകം.
പ്രപഞ്ചപരകോടികൾക്ക് സമർപ്പണം.

അജീഷ്ചന്ദ്രൻ
പ്രസാധകൻ

ഉത്തമപുരുഷന്റെ ഇതിഹാസം

കൂജന്തം രാമരാമേതി മധുരം മധുരാക്ഷരം
ആരുഹ്യ കവിതാശാഖാം വന്ദേ വാല്മീകീകോകിലം

കർക്കിടകത്തിൽ കേരളഭവനങ്ങളിലും ക്ഷേത്രങ്ങളിലും പാരായണം ചെയ്തുവരുന്ന ശ്രീരാമന്റെയും സീതയുടെയും കഥനിറഞ്ഞ തുഞ്ചത്തു രാമാനുജനെഴുത്തച്ഛന്റെ അധ്യാത്മരാമായണം കിളിപ്പാട്ട് ഏവർക്കും സുപരിചിതമാണ്. എന്നാൽ, വാല്മീകി രാമായണത്തിന്റെ ശ്ളോകബാഹുല്യവും സംസ്കൃതഭാഷയുടെ കാഠിന്യവും ഈ ആദികൃതിയ്ക്ക് ഇവിടെയധികം പ്രചാരം നൽകിയില്ല. എല്ലാം രാമായണമാണ്, എങ്കിലും ശോഭയുടെ കാര്യത്തിലും മനുഷ്യസമൂഹത്തോട് അടുത്തു നിൽക്കുന്നതും വാല്മീകി രാമായണമാണെന്നു കാണാം. കേരളീയരെ സംബന്ധിച്ചിടത്തോളം മറിച്ചാണ്. ശ്രീരാമൻ ഉത്തമപുരുഷനായ ഭരണാധികാരിയല്ല അവർക്ക്, മറിച്ച് അവതാരപുരുഷനാണ്, ഭഗവാനാണ്.

“ഞങ്ങളും മനുഷ്യർ, ഭഗവാനേ നീയും മനുഷ്യ ജന്മമെടുത്തിരിക്കുന്നു. ഞങ്ങൾ നീന്തിക്കടക്കുവാൻ പെടാപ്പാടുപെടുന്ന സംസാരസാഗരം ഭഗവാനേ... നീയും പ്രതിസന്ധികളത്രയും തരണം ചെയ്തു മുന്നേറുന്നു” മലയാളികൾക്കു ശ്രീരാമൻ മഹാവിഷ്ണുവിന്റെ അവതാരമാണ്, ദുഃഖസാഗരത്തിൽ ആടിയുലയുന്നവർക്ക് അത്താണിയാണ്. അദ്ധ്യാത്മരാമായണം രാമനെ ശ്രീരാമനായി, നാരായണനായി, മഹാവിഷ്ണുവായി ആരാധിക്കുന്നു. എന്നാൽ ഇവിടെ വാല്മീകീ രാമായണത്തിൽ ആദികവിയുടെ പക്ഷത്തിലൂടെ രാമഹൃദയത്തിലേക്കു സഞ്ചരിക്കുവാനാണ് ശ്രമം. ആദികവിക്കു രാമനെ, ശ്രീരാമനെന്നതിനെക്കാൾ മനുഷ്യനായ രാമനായി കാണുവാനായിരുന്നു താത്പര്യം. ഇരുപത്തിനാലായിരം ശ്ലോകങ്ങൾ, അഞ്ഞൂറു സർഗങ്ങൾ, ഭവിഷ്യത് കാണ്ഡം അഥവാ ഉത്തര കാണ്ഡം ഉൾപ്പടെ ഏഴു കാണ്ഡങ്ങൾ. ഇതാണു വാല്മീകി രാമായ

ണം. അദ്ധ്യാത്മരാമായണം രാമനെ, ശ്രീരാമനായി അഥവാ മഹാവിഷ്ണുവായിക്കണ്ട് അതീവ ഭക്തിയോടെ ആലപിക്കത്തക്കവിധമാണു രചിച്ചിരിക്കുന്നത്. ഏതൊരു കഠിനഹൃദയത്തിലും അദ്ധ്യാത്മരാമായണാലാപനം ചലനം സൃഷ്ടിക്കും. എന്നാൽ രാമനിലെ അവതാര വിശേഷത്തിനപ്പുറം ഒരു ലക്ഷണമൊത്ത പുരുഷൻ, ഭരണാധികാരി, അങ്ങനെ ഒരു ജനതയുടെ രക്ഷകനായി രാമനെ അവതരിപ്പിക്കുന്നു എന്നതാണു വാല്മീകി രാമായണവും അദ്ധ്യാത്മരാമയണവും തമ്മിലുള്ള പ്രധാന വ്യത്യാസം. നരനായി ജനിക്കുമ്പോൾ രാമനും നരന്റെ ഭാവങ്ങൾ എടുത്തണിയുന്നുവെന്നും പറഞ്ഞുവയ്ക്കാം. സീതാ വിരഹിയായ രാമൻ പലപ്പോഴും ഒരു ദുർബലചിത്തനെന്നോ എന്ന സന്ദേഹം വായനക്കാരിൽ സൃഷ്ടിക്കാതിരിക്കില്ല. വിരഹിയായ രാമൻ, ആർത്തനായ രാമൻ, രാവണനു മുന്നിൽ ക്രുദ്ധനായ രാമൻ, സീതയുടെ അഗ്നിപ്രവേശത്തിനു സാക്ഷിയാകവേ അചഞ്ചലനായ രാമൻ, അച്ഛന്റെ വാക്കുപാലിക്കുന്നതിനായി വനവാസത്തിനു തയ്യാറെടുക്കുന്ന വേളയിൽ ലക്ഷ്മണനു മുന്നിൽ മനുഷ്യമനസ്സുകളെ കൃത്യം തിരിച്ചറിഞ്ഞു സംയമനത്തോടെ ആ ഘട്ടം തരണം ചെയ്യുന്ന മനോവീര്യവാനായ രാമൻ, അങ്ങനെ ഒരു പുരുഷായുസ്സിന്റെ കഷ്ടപ്പാടുകളും സുഖ സൗകര്യങ്ങളും മാറി മാറിക്കടന്നു വരുമ്പോഴും രാമൻ സ്ഥിതപ്രജ്ഞനാണ്. ആ രാമനെയാണു നാം വാല്മീകി രാമായണത്തിൽ കണ്ടുമുട്ടുന്നത്.

ജനങ്ങൾ വാല്മീകി രാമായണം വായിച്ചിരിക്കണം എന്തെന്നാൽ പ്രജാ ധർമ്മം എന്തെന്നും, അവരുടെ ഭരണാധികാരി എപ്രകാരമാകണം ഭരണം നിർവ്വഹിക്കേണ്ടതെന്നും വളരെ വ്യക്തമായി വിശദമായി മനസിലാക്കുവാൻ ഈ വായന സഹായിക്കും.

ഭരണാധികാരികളും ഇതു വായിച്ചിരിക്കണം. പ്രജാക്ഷേമവും രാജ്യതാത്പര്യവും മുൻനിർത്തി ഭരണം നിർവ്വഹിക്കുമ്പോൾ പാലിക്കേണ്ടവയെന്ത് എന്നും അക്കാര്യങ്ങളിലെ ധർമ്മാധർമ്മങ്ങളും പ്രതിപാദിക്കുന്നു ഇതിൽ, അതും ഉദാഹരണ സഹിതം. മഹാത്മാഗാന്ധിജി പോലും സ്വീകരിച്ച ധാർമ്മികതയുടെ പാത ആദ്യം വിവരിക്കുന്നതു രാമായണത്തിലൂടെ വാല്മീകിയാണ്. രാമരാജ്യ സങ്കല്പത്തിലെ ധാർമ്മികത എന്ന വാക്കിന് ആധുനിക

ലോകത്ത് എന്തു പ്രസക്തിയെന്ന് അതിശയിച്ചേക്കാം. എന്നിരുന്നാലും നന്മയുടെ, ധർമ്മത്തിന്റെ, നീതിയുടെ പൂക്കൾ വിടർന്നിരുന്ന ഒരു കാലം ഈ സംസ്ക്കാരത്തിന്റെ ഭാഗമായി നിലനിന്നിരിക്കണം എന്ന ചിന്ത പോലും മധുരതരമാണ്.

ഉത്തരകാണ്ഡം ഉൾപ്പെടെ ഏഴു കാണ്ഡങ്ങളിലായി അഞ്ഞൂറു സർഗങ്ങൾ. അതിൽ ഇരുപത്തിനാലായിരം ശ്ലോകങ്ങൾ. അത്രയും ബൃഹത്തായ ഒരു മഹാകാവ്യത്തെ ഗദ്യരൂപത്തിൽ സാധാരണക്കാരിലേക്ക് ലളിതവ്യാഖ്യാനത്തിലൂടെ ഇരുപത്തിയെട്ട് അധ്യായങ്ങളിലായി സംഗ്രഹിക്കുകയാണ് ഇവിടെ. രാമൻ എന്ന പ്രജാതത്പരനായ ഭരണാധികാരിയെക്കുറിച്ച്, സീതാപതിയെക്കുറിച്ച്, ലക്ഷ്മണന്റെ പ്രിയ ഭ്രാതാവിനെക്കുറിച്ച്, കൗസല്യാ നന്ദനെക്കുറിച്ച്, ദശരഥന്റെ പ്രാണനായ രാമനെക്കുറിച്ച്, ഹനുമാന്റെ ശ്രീരാമനെക്കുറിച്ച് ആദികവിയുടെ ഭാഷ്യമെന്തെന്നറിയിക്കുക മാത്രമാണ് ഉദ്ദേശ്യം.

വാല്മീകി രചിച്ച രാമായണം എന്തുകൊണ്ടാണ് ആദി കാവ്യമെന്ന് അറിയപ്പെടുന്നത് എന്നു പലർക്കും സംശയം തോന്നാം. സംസ്കൃതത്തിൽ അക്കാലം വരെ രചിക്കപ്പെട്ടതുമായി തുലനം ചെയ്യുമ്പോൾ കാവ്യ ഗുണമുള്ള ലക്ഷണമൊത്ത ആദ്യ രചനയാണു രാമായണം. കാലങ്ങളോളം വാമൊഴിയായും, എഴുത്തിന്റെ സാങ്കേതിക വശങ്ങൾ കടന്നു വന്ന ശേഷം വരമൊഴിയായും രാമായണം കാലദേശങ്ങൾ അതിജീവിച്ച് ഇന്നും നിലനിൽക്കുന്നു.

ഭാരതത്തിൽ പൊതുവേ പ്രാദേശിക രാമായണങ്ങൾക്കാണു പ്രചാരം കൂടുതൽ. ഹിന്ദിയിൽ തുളസീദാസ് രചിച്ച രാമചരിതമാനസം, തമിഴിൽ കമ്പർ രചിച്ച കമ്പ രാമായണം, മലയാളത്തിൽ എഴുത്തച്ഛന്റെ അദ്ധ്യാത്മരാമായണം, ബംഗാളിയിലെ കീർത്തി വാസരാമായണം എന്നിവ ജനഹൃദയങ്ങളിൽ ചിരപ്രതിഷ്ഠ നേടിയവയാണ്. കേരളത്തിൽ എഴുത്തച്ഛന്റെ രാമായണം കിളിപ്പാട്ടിനു വളരെ വ്യാപകമായ പ്രചാരം ലഭിക്കുകയും ചെയ്തു. ഭക്തിപ്രസ്ഥാന കാലഘട്ടത്തിൽ തിന്മ നിറഞ്ഞ ലോകത്തിൽ നിന്നും മാനവഹൃദയത്തെ നന്മയുടെ പാതയിലേക്കു, ഭക്തിമാർഗ്ഗത്തിലേക്കു നയിക്കുവാൻ അദ്ധ്യാത്മരാമായണത്തിനു സാധിച്ചു. പുനരാഖ്യാനങ്ങൾ ജനമനസ്സുകളിൽ പതിഞ്ഞു കഴിയുമ്പോൾ മൂല കാവ്യം വിസ്മൃതമായിപ്പോകുന്ന അവസ്ഥയും ഇല്ലാതില്ല. ഇങ്ങനെ ഒരു സാഹചര്യ

ത്തിലാണു വാല്മീകി രാമായണം ഗദ്യത്തിലോ പദ്യത്തിലോ ആകട്ടെ പ്രാദേശിക ഭാഷകളിലേക്കു പദാനുപദ വിവർത്തനം ചെയ്യപ്പെടുകയോ പുനരാഖ്യാനം ചെയ്യപ്പെടുകയോ ചെയ്യേണ്ടതിന്റെ പ്രാധാന്യം വർദ്ധിക്കുന്നത്. രാമായണത്തിനു മുൻപും ധാരാളം കാവ്യങ്ങൾ ഉണ്ടായിട്ടുണ്ട്. എങ്കിലും വാല്മീകി രചിതമായ രാമായണത്തിന്റെ പ്രാധാന്യം, ആദ്യത്തെ ലക്ഷണമൊത്ത കാവ്യമാണത് എന്നതിലാണ്. രാമായണം ഇതിഹാസവുമാണ്.

'ഇതിഹ ആസ്തേ അസ്മിൻ ഇതി ഇതിഹാസഃ'

പാരമ്പര്യോപദേശം അഥവാ ഇതിഹ ഉള്ളതിനാൽ ഇതിഹാസം. രാമനിലൂടെ ധർമ്മചിന്തകൾ ജനങ്ങൾക്കു പകർന്നു നൽകുന്ന ഇതിഹാസമാണു രാമായണം. സത്യം വദ, ധർമ്മം ചര എന്ന ഉപദേശം ഏറ്റവും പ്രകടമായി മനുഷ്യരിലേക്ക് എത്തിക്കുവാൻ രാമകഥയിലൂടെ സാധിക്കുന്നു, അന്നുമിന്നും. രാമകഥ, അഥവാ രാമായണം കാലത്തെ അതിജീവിക്കുന്ന ഇതിഹാസമാണ്. അതിനിയും നിലനിൽക്കും പർവ്വതങ്ങളും സമുദ്രങ്ങളും ഭൂമിയും ഉള്ള കാലത്തോളം.

൦൦

അധ്യായം 1

ബാലകാണ്ഡം

ഒന്നു മുതൽ പതിനാറു വരെ സർഗങ്ങൾ

രാമായ രാമചന്ദ്രായ രാമഭദ്രായ വേധസേ

രഘുനാഥായ നാഥായ സീതായാഃപതേയേ നമഃ

കൂജന്തം രാമരാമേതി മധുരം മധുരാക്ഷരം

ആരുഹ്യ കവിതാശാഖാം വന്ദേ വാല്മീകി കോകിലം

യത്ര യത്ര രഘുനാഥ കീർത്തനം

തത്ര തത്ര കൃതമസ്തകാഞ്ജലിം

ബാഷ്പവാരി പരിപൂർണലോചനം

മാരുതിം നമത രാക്ഷസാന്തകം.

വാല്മീകീ രാമായണത്തിലെ കഥപറച്ചിൽ അദ്ധ്യാത്മ രാമായണത്തിന്റെ വഴിയിൽ നിന്നും ഏറെ വ്യത്യസ്തമാണ്. ഇവിടെ കഥയാരംഭിക്കുന്നത് ഇപ്രകാരമാണ്. ഒരുനാൾ വാല്മീകി മഹർഷിയുടെ ആശ്രമത്തിൽ നാരദമുനി എത്തിച്ചേർന്നു. രണ്ടു പേരും സംസാരിച്ചിരിക്കവെ, ലോകത്ത്, എല്ലാ ഗുണങ്ങളും തികഞ്ഞ, വിക്രമനും ജിതേന്ദ്രിയനും ദേവകൾക്കുപോലും ഭയകാരിയും ധർമ്മജ്ഞനും വീര്യവാനും തേജസ്വിയുമായ ഒരുവനുണ്ടോ എന്നന്വേഷിക്കുന്നു. ആ ചോദ്യത്തിനുത്തരമായി നാരദർ ഒരു പേരാണ് പറയുന്നത്. അയോധ്യയിലെ രാമൻ. അദ്ദേഹം ദശരഥപുത്രനായ രാമന്റെ കഥ മുനിയോടു പറയുന്നു. നാരദർ മടങ്ങിയ ശേഷം

മുനി, ശിഷ്യനുമൊത്ത് ഗംഗയുടെ സമീപമുള്ള തമസാ നദിക്കരയിലേക്കു ചെന്നു. അതിമനോഹരമായ ആ കാനന ഭംഗി മുനിയെ മുഗ്ധനാക്കി. നദിക്കരയിലെ ആ കാട്ടിലൂടെ വെറുതേ ചുറ്റി നടക്കുമ്പോൾ മരക്കൊമ്പിലിരിക്കുന്ന രണ്ടു ക്രൗഞ്ചപക്ഷികളെ അദ്ദേഹം കണ്ടു.

കൊക്കുരുമ്മിയിരിക്കുന്ന ആ ഇണപ്പക്ഷികളുടെ ആനന്ദം മുനിയുടെ ഉള്ളം നിറച്ചു. പെട്ടെന്ന്, മുനിയുടെ കൺമുന്നിൽ അവയിലൊന്ന് മറഞ്ഞിരുന്ന വേടന്റെ അമ്പേറ്റ് താഴേക്കു പതിച്ചു. ഇണയുടെ വിലാപത്താൽ മുനിയുടെ ഹൃദയം തപിച്ചു. ശോകവും ക്രോധവും വാക്കുകളായി.

'മാ നിഷാദ പ്രതിഷ്ഠാം ത്വമഗമഃ ശാശ്വതീഃ സമാഃ

യത് ക്രൗഞ്ചമിഥുനാദേകമവധീഃ കാമമോഹിതം'

ഉള്ളിലെ താപം വാക്കുകളായി പുറത്തേക്കു പ്രവഹിച്ചത് മുനി ശ്രദ്ധിച്ചു. ഈ വാക്കുകളുടെ വിന്യാസം കണ്ടു മുനിക്ക് അവ ലക്ഷണമൊത്ത ശ്ലോകമാണെന്ന് സംശയം തോന്നി. കുളി കഴിഞ്ഞ് ആശ്രമത്തിലെത്തിയ മുനിയുടെ മുന്നിൽ ബ്രഹ്മാവ് പ്രത്യക്ഷനായി. മുനിയുടെ മനസിൽ രൂപം കൊണ്ടതു ശ്ലോകം തന്നെയാണെന്നും,

അമ്മട്ടിൽ, രാമകഥ രചിക്കുവാനും ആവശ്യപ്പെട്ടു.

അങ്ങനെ രചിക്കപ്പെട്ടതാണു രാമായണ കാവ്യം. ഇരുപത്തിനാലായിരം ശ്ലോകങ്ങൾ അഞ്ഞൂറു സർഗങ്ങളിലായി ഏഴു കാണ്ഡങ്ങളിൽ ഉൾക്കൊള്ളിച്ചിരിക്കുന്നു. പ്രജാപതിയുടെ പരമ്പരയിലെ സഗര രാജാവിനാൽ നിർമ്മിതമായ ഇക്ഷ്വാകു വംശത്തിന്റെ ചരിത്രമാണ് രാമായണം. സരയൂ തീരത്തെ അയോധ്യയുടെ ഭരണാധികാരി,

ദശരഥൻ, എല്ലാ സുഖങ്ങളിലും, പുത്രന്മാരില്ലാത്ത ദുഃഖം അനുഭവിച്ചു. ഒടുവിൽ പുത്ര ലാഭത്തിനായി അശ്വമേധം നടത്തുവാൻ തീരുമാനിച്ചു. യാഗം നടത്തുവാൻ കശ്യപമഹർഷിയുടെ പുത്രൻ വിഭാണ്ഡകന്റെ മകൻ ഋഷ്യശൃംഗനാണ് വേണ്ടതെന്നു തീരുമാനമായി. അംഗരാജ്യത്തുണ്ടായ അതിഭീകരമായ വരൾച്ച

യുടെ കാലത്തു അവിടുത്തെ രാജാവ് ലോമപാദൻ എന്താണ് പ്രതിവിധി എന്നാരാഞ്ഞു. അതിനു മറുപടിയായി ഋഷികൾ വിഭാണ്ഡകപുത്രനായ ഋഷ്യശൃംഗനെ നാട്ടിൽ എത്തിക്കുക മാത്രമാണു പോംവഴി എന്നറിയിച്ചു എന്നാൽ ഋഷ്യശൃംഗനെ മുനി മറ്റു മനുഷ്യരെ ആരേയും കാണിക്കാതെയാണു വളർത്തിയിരുന്നത്. അങ്ങനെയുള്ള ഋഷി പുത്രൻ അംഗരാജ്യത്ത് എത്തിക്കുവാൻ രാജാവ് ഗണികകളെ നിയോഗിച്ചു. മെല്ലെ പ്രലോഭിപ്പിച്ച് അവർ ഋഷ്യശൃംഗനെ അംഗരാജ്യത്ത് എത്തിച്ചു. അങ്ങനെ പ്രജകൾ പാലായനം ചെയ്തു തുടങ്ങിയ അംഗരാജ്യത്തു ദേവേന്ദ്രൻ മഴ പെയ്യിച്ചു. അതിനു ശേഷം ലോമപാദ രാജാവ് തന്റെ മകൾ ശാന്തയെ മുനികുമാരനു വിവാഹം ചെയ്തു നൽകി.

അതിനാൽ ദശരഥ മഹാരാജാവ് അംഗരാജ്യത്തെത്തി ലോമപാദ രാജാവിനെക്കണ്ട് തന്റെ ആവശ്യം അറിയിച്ചു. അതിന്റെ ഭാഗമായി മുനി ഋഷ്യശൃംഗനും പത്നി ശാന്തയും അയോധ്യയിൽ എത്തിച്ചേർന്നു. അങ്ങനെ മുനി ഋഷ്യശൃംഗന്റെ നേതൃത്വത്തിൽ ആദ്യം അശ്വമേധവും, തുടർന്നു പുത്രകാമേഷ്ടിയും നടന്നു. അതിൽ നിന്നും ലഭിച്ച പ്രസാദം രാജാവ് പത്നിമാരായ കൗസല്യ, കൈകേയി, സുമിത്ര എന്നിവർക്കു നൽകി. അവർ മൂവരും ഗർഭവതികളായി. അതു കണ്ടു ദശരഥൻ മോദമാർന്നു.

ഈ സമയം ഭൂമിയിലും, ദേവലോകത്തും രാവണനെന്ന രാക്ഷസന്റെ ഉപദ്രവം അസഹനീയമായി മാറിയിരുന്നു. ദേവന്മാർ പരിഭ്രാന്തരായി. അവർ ബ്രഹ്മാവിനോട് ആവലാതി ബോധിപ്പിച്ചു. ബ്രഹ്മാവ്, അവരെ മഹാവിഷ്ണുവിനു സമീപത്തേക്ക് അയച്ചു. ദേവൻമാരുടെ കൂട്ടായ ആ അപേക്ഷ കേട്ടു മഹാവിഷ്ണു ഭൂമിയിൽ അവതരിക്കാമെന്നു സമ്മതിക്കുന്നു. ആദ്യ പതിനാറു സർഗങ്ങളിൽ ഇത്രയും ഭാഗമാണു കവി അവതരിപ്പിക്കുന്നത്.

സാരാംശം

ഇനി ഇന്നു രാമായണത്തിലെ ഈ കഥകൾക്കുള്ള പ്രസക്തി എന്തെന്നു കൂടി പരിശോധിക്കാം. മനുഷ്യന്റെ കഥ പറയുമ്പോൾ, അവന്റെ പരിമിതികളും അവയെ എങ്ങനെ മറികടക്കാം എന്നതുമാകും കഥാസാരം. ഇവിടെ സർവ സുഖങ്ങൾക്കും നടുവിൽ പു

ത്രന്മാരില്ലാത്ത ദുഃഖത്തിൽ തകർന്ന ഒരുവനായിട്ടാണു ദശരഥമഹാരാജാവ് പ്രത്യക്ഷപ്പെടുന്നത്. അപ്പോൾ മനുഷ്യ ജന്മത്തിൽ ദുഃഖ ഹേതുവായ വിഷയങ്ങൾ ഇന്നുള്ളതുപോലെ എന്നുമുണ്ടായിരുന്നുവെന്നു കാണാം. അശ്വമേധവും പുത്രകാമേഷ്ടിയും ഒന്നും നിസാരമായ യാഗങ്ങളായിരുന്നില്ല. വലിയ തയാറെടുപ്പുകളും, ക്ഷമയോടെയുള്ള കാത്തിരിപ്പും അനിവാര്യം. മനുഷ്യനായി പിറന്നാൽ വ്യഥകളും, ആധികളും കൂടെയുണ്ട്. അവ തരണം ചെയ്യുവാൻ ക്ഷമയോടെ പ്രയത്നിക്കുക എന്നതു മാത്രമാണ് വഴി. ആ വഴിയിലൂടെ ചരിക്കുന്നവർ പരാജിതരാവില്ല നിശ്ചയം.

അധ്യായം 2

ബാലകാണ്ഡം
പതിനേഴു മുതൽ മുപ്പത്തിനാലു വരെ സർഗങ്ങൾ

പുത്രകാമേഷ്ടിയും അശ്വമേധവും പൂർത്തിയായിരിക്കുന്നു. ദശരഥനും പരിവാരവും യജ്ഞഭൂമിയിൽ നിന്നു തിരികെ അയോധ്യയിലേക്കു മടങ്ങി രാജ്യകാര്യങ്ങളിൽ ദത്തശ്രദ്ധരായി. യജ്ഞത്തിനു ശേഷം ആറു ഋതുക്കൾ കടന്നു പോയി. ഈ സമയം ദേവകളോടു ബ്രഹ്മാവ് രാവണനിഗ്രഹത്തിനായി മഹാവിഷ്ണു ഭൂമിയിൽ നരനായിപ്പിറക്കുമ്പോൾ വേണ്ട പിന്തുണ നൽകുവാനായി വായുവേഗരും അതുല്യ പരാക്രമികളുമായ വാനരന്മാരെ സൃഷ്ടിക്കുവാൻ ആവശ്യപ്പെട്ടു. ബ്രഹ്മാവ് ജാംബവാനെ പണ്ടേ സൃഷ്ടിച്ചിരുന്നു. അതുപോലെ മാരുതൻ ഹനുമാനെ, സൂര്യൻ സുഗ്രീവനെ, ഇന്ദ്രൻ ബാലിയെ, ബൃഹസ്പതി താരനെ, വിശ്വകർമ്മാവ് നളനെ എന്നിങ്ങനെ അനേകായിരം വാനര മുഖ്യന്മാരെ സൃഷ്ടിച്ചു. അവർ ബഹുഭൂരിപക്ഷവും ഋഷ്യ പ്രസ്ഥത്തിൽ വാസമുറപ്പിച്ചു. സോദരന്മാരായ ബാലിയുടേയും സുഗ്രീവന്റെയും കീഴിൽ അവർ വാണു.

അങ്ങനെ ചൈത്രമാസത്തിലെ പുണർതം നാളിൽ കൗസല്യ തേജസ്വിയായ ഒരു മകനു ജന്മം നൽകി. കൈകേയി പൂയം നക്ഷത്രത്തിലും ഒരു മകനെ പ്രസവിച്ചു. സുമിത്ര ആയില്യം നക്ഷത്രത്തിൽ രണ്ടു കുഞ്ഞുങ്ങൾക്കു ജന്മം നൽകി. കൗസല്യാ തനയനു രാമനെന്നും, കൈകേകിയുടെ പുത്രന് ഭരതനെന്നും, സുമിത്രാനന്ദനന്മാർക്കു ലക്ഷ്മണ ശത്രുഘ്നൻമാരെന്നും പേർ നൽകി. നാലു രാജകുമാരന്മാരുടെ വിദ്യാഭ്യാസം പൂർത്തിയായി. ധനുർവിദ്യയിൽ അവർ മികവുറ്റവരായി. നാലു മക്കൾക്കൊപ്പം ദശരഥൻ

ഏറെ മോദത്തോടെ ജീവിക്കുകയും, കുമാരന്മാർക്കു പറ്റിയ വിവാഹാലോചനകളെക്കുറിച്ചു ഗുരു വസിഷ്ഠനോടു ചർച്ച ചെയ്യുകയും ചെയ്യുന്ന സമയത്താണ് മഹർഷി വിശ്വാമിത്രൻ അയോധ്യയിലേക്കു കടന്നു വരുന്നത്. അദ്ദേഹത്തെ ഉപചാരപൂർവം ആനയിച്ചു. തുടർന്ന് മഹർഷിയുടെ ആവശ്യം എന്തു തന്നെയാണെങ്കിലും അതു നിവർത്തിച്ചു നൽകാമെന്നു ദശരഥൻ മുനിക്കു വാക്കു നൽകി. തന്റെ വരവിന്റെ ഉദ്ദേശ്യം മുനി വ്യക്തമാക്കി. മാരീചനെന്നും സുബാഹുവെന്നും പേരായ രണ്ട് അസുരന്മാർ തന്റെ തപസു തടസപ്പെടുത്തുന്നു. അവരെ വധിക്കുവാൻ രാമനേ സാധിക്കൂ. രാമനെ തന്റെ ഒപ്പം അയയ്ക്കണം.

മുനി പറഞ്ഞതു കേട്ട്, ദശരഥൻ ആകെ ഭയന്നു. മാരീചനെന്നും സുബാഹുവെന്നുമൊക്കെ പറയുന്ന രാക്ഷസർ രാവണ കിങ്കരന്മാരാണ്. രാവണനാണെങ്കിൽ ദേവന്മാർക്കു പോലും കീഴടക്കാനാകാത്തവനും. അവരെ വധിക്കുവാൻ രാമനു സാധിക്കുകയോ? ഉണ്ണിക്ക് ആപത്ത് എന്നു പറഞ്ഞ് ആ ആവശ്യമുപേക്ഷിക്കുവാൻ മുനിയോട് കേണുകൊണ്ടപേക്ഷിച്ചു. അതു കേട്ടു ക്രുദ്ധനായ മുനി ദശരഥനെ ശപിക്കുവാൻ ഒരുങ്ങി. പൊടുന്നനെ ഭൂമി ഇരുണ്ടു. അപകടം മുന്നിൽക്കണ്ട രാജഗുരു വസിഷ്ഠൻ വേഗം രാജാവിനെ സമാധാനിപ്പിച്ച് രാമനെ വിശ്വാമിത്ര മഹർഷിക്കൊപ്പമയയ്ക്കാമെന്നു സമ്മതിപ്പിച്ചു. ഒടുവിൽ ഏറെ ദുഃഖത്തോടെ സർവ പ്രാർത്ഥനകളോടെയും ദശരഥ രാമനെ മുനിയുടെ ഒപ്പം അയയ്ക്കാൻ സമ്മതം മൂളി. രാമൻ എവിടെയുണ്ടെങ്കിലും അവിടെ നിഴൽ പോലെ പിന്തുടരുന്ന ലക്ഷ്മണനും രാമനൊപ്പം യാത്രയ്ക്കു തയാറായി.

അങ്ങനെ രാമലക്ഷമണന്മാർ മുനിയോടൊപ്പം രാക്ഷസ നിഗ്രഹത്തിനായി യാത്രയായി. ഒന്നരക്കാതം താണ്ടി സരയൂ നദിയുടെ തെക്കേക്കരയിലിരുന്ന് വിശ്വാമിത്രൻ രാമന് ബലാതിബല എന്ന ദിവ്യ മന്ത്രം നൽകി. സർവജ്ഞാനവും ഉൾക്കൊണ്ട, വിശപ്പും ദാഹവും ബാധിക്കാത്ത ദിവ്യ മന്ത്രം ഏറ്റുവാങ്ങുവാൻ അർഹനായ മറ്റൊരാളില്ല. രാമൻ ആ ദിവ്യ മന്ത്രം സ്വീകരിച്ചു. തുടർന്ന് അവർ വൻകാട്ടിലേക്കു പ്രവേശിച്ചു. അത്യന്തം ഭീതി തോന്നിക്കുന്ന ആ കാട്, പണ്ട് മലദം, കരുഷം എന്നീ ജനപഥങ്ങളായി

രുന്നു. എന്നാൽ താടക എന്ന രാക്ഷസിയുടെ വിഹാരരംഗമായതോടെ അവിടം വിജനമായി. ആരും അതുവഴി സഞ്ചരിക്കാതെയായി. ഒരു ദക്ഷപുത്രിയായ താടക, ആയിരം ആനകളുടെ ശക്തിയുള്ളവളായിരുന്നു. അതിനാൽ തന്നെ താപസരെയും സാധു മനുഷ്യരെയും ഉപദ്രവിക്കുക അവളുടെ വിനോദമായിരുന്നു.

അങ്ങനെ ഒരിക്കലവൾ അഗസ്ത്യമുനിയുടെ നേരെ പാഞ്ഞടുത്തു. അഗസ്ത്യമുനിയുടെ ശാപത്താൽ താടകയും മകൻ മാരീചനും രാക്ഷസരായി മാറി. മനുഷ്യർ കടക്കുവാൻ മടിക്കുന്ന താടകയുടെ വിഹാര കേന്ദ്രത്തിലേക്കാണ് മുനി രണ്ടു ചെറു ബാലകരുമായി കടന്നു ചെന്നത്. അതു കണ്ട് അവൾ ക്രുദ്ധയായി മൂവരെയും ആക്രമിക്കുവാൻ പാഞ്ഞടുത്തു. സ്ത്രീവധം വേണ്ടെന്നു നിനച്ച് രാമൻ ആദ്യം അവളുടെ ചെവികളും മൂക്കും ഛേദിക്കുവാൻ ലക്ഷ്മണനോടു പറഞ്ഞു. എന്നാൽ അവൾ കൂടുതൽ ആക്രമണകാരിയായതു കണ്ട് ഇനി അവളോട് ദയ ആപത്താണെന്നു മുനി രാമനെ ഉപദേശിച്ചു. അതു കേട്ടു തന്നെ കൊല്ലാൻ പാഞ്ഞടുക്കുന്ന താടകയുടെ മാറിലേക്കു അസ്ത്രം തൊടുത്തു കൊണ്ടു രാമൻ അവളെ കാലപുരിക്കയച്ചു.

താടകാവധത്തോടെ പ്രീതനായ കൗശികൻ, രാമന് ദിവ്യാസ്ത്രങ്ങളും അസ്ത്ര സംഹാരോപദേശവും നൽകി. രാമൻ അവ സ്വീകരിച്ചു. ആവശ്യമായ ഘട്ടത്തിൽ സ്മരിച്ചാൽ പ്രത്യക്ഷപ്പെടുമെന്ന് വരവും നൽകി. തുടർന്ന് മുനിയും സംഘവും, കശ്യപമുനിയുടെയും അദിതിയുടെയും പുത്രനായ വാമനമുനി പാർത്തിരുന്ന സിദ്ധാശ്രമത്തിലെത്തി. മഹാബലിയുടെ യാഗം തടയുവാൻ വേണ്ടിയാണ് ദേവകളുടെ ആവശ്യപ്രകാരം മഹാവിഷ്ണു വാമനനായി ഭൂജാതനാകുന്നത്. മൂന്നു ചുവടു കൊണ്ട് ബലിയുടെ ദർപ്പം ശമിപ്പിച്ചു വാമനൻ. ആ സിദ്ധാശ്രമത്തിലിരുന്നാണ് വിശ്വാമിത്രനു തുടർ യജ്ഞങ്ങൾ നടത്തേണ്ടത്.

ആറു ദിവസത്തെ മൗനദീക്ഷയ്ക്കു ശേഷം യാഗമാരംഭിച്ചു. നിമിഷങ്ങൾക്കകം മാരീചനും സുബാഹുവും അനുചരന്മാരും പ്രത്യക്ഷരായി. അവർ ആകാശത്തു നിന്നു കൊണ്ട് മലിന വസ്തുക്കൾ വലിച്ചെറിയുവാൻ തുടങ്ങി. രാമനും ലക്ഷ്മണനും അസ്ത്രമഴ പെയ്യിച്ചു. ഒടുവിൽ സുബാഹുവും പരിവാരവും കൊല്ലപ്പെട്ടു.

മാരീചൻ നെഞ്ചിലേറ്റ മാനവാസ്ത്രമേറ്റ് ദൂരെ കടലിൽ പതിച്ചു. രാക്ഷസ ശല്യമൊഴിഞ്ഞു.

കൗശികനെന്ന വിശ്വാമിത്രൻ യജ്ഞം പൂർത്തിയാക്കി. എല്ലാവരും ആഹ്ലാദത്തോടെയിരിക്കുമ്പോൾ മുനി, രാജകുമാരന്മാരോട്, അടുത്ത യാത്ര മിഥിലാ പുരിയിലേക്ക് ആകാമെന്നു പറഞ്ഞു. കാരണം അവിടെ അതിമഹത്തായ ഒരു യജ്ഞം നടക്കുകയാണ് ഒപ്പം, ദേവകൾക്കു മാത്രം ഞാണേറ്റാനാകുന്ന ദിവ്യമായ സുനാഭമെന്ന വില്ല്, പ്രദർശിപ്പിച്ചിട്ടുണ്ട്. ആ വില്ലു ഞാണേറ്റുവാൻ പോയിട്ട് ഒന്ന് എടുത്തുയർത്തുവാൻ പോലും മനുഷ്യ സാധ്യമല്ല എന്ന് അവരെ അനുഗമിക്കുന്ന ബ്രാഹ്മണർ പറഞ്ഞു കൊണ്ടിരുന്നു. ഒരു രാത്രി സിദ്ധാശ്രമത്തിൽ വിശ്രമിച്ചു പിറ്റേന്ന് ഏവരും മിഥിലാപുരിയിലേക്കു യാത്രയാകുവാൻ നിശ്ചയിച്ചു.

സാരാംശം:

രണ്ടാം ദിനം കഥ പറഞ്ഞു നിർത്തുമ്പോൾ മനുഷ്യമനസ് അന്നുമിന്നും ഒന്നു തന്നെയെന്നു കണ്ട ആദി കവിയെ പ്രണമിക്കാതിരിക്കുന്നതെങ്ങനെ? ഒന്നാം ദിനമവസാനിക്കുമ്പോൾ പുത്രന്മാരില്ലാത്ത ദുഃഖം ദശരഥനെ അലട്ടിയിരുന്നതും, അതിനുപായമായി പുത്രകാമേഷ്ടി നടത്തുന്നതും അതിൻ പ്രകാരം ആ ദുഃഖത്തിനു പരിഹാരം ലഭിക്കുന്നതും കാണാം. എന്നാൽ, ഇന്നു നമ്മൾ കാണുന്ന ദശരഥൻ, ഒരു ചെറിയ കാലഘട്ടത്തിലെ ആനന്ദകരമായ ജീവിതത്തിനു ശേഷം, വിശ്വാമിത്ര മഹർഷി രാമനെ ഒപ്പമയക്കാൻ ആവശ്യപ്പെടുമ്പോൾ പുത്രന് ആപത്ത് സംഭവിക്കുമെന്നു ഭയന്നു ദുഃഖിതനാവുകയാണ്. പുത്രസ്നേഹം അദ്ദേഹത്തിന്റെ ചിന്താശേഷിയെ കാര്യമായി ബാധിച്ചതു കാണുവാനാകും. മനുഷ്യ വികാരങ്ങളാണു രാമായണം കൈകാര്യം ചെയ്യുന്നത്. വിശ്വാമിത്ര മഹർഷിയുടെ കോപം വിശ്വ പ്രസിദ്ധം. രണ്ട് അസുരന്മാരെ വധിക്കുവാൻ ഒരു ശാപം കൊണ്ടു നിസാരമായി സാധിക്കും. പക്ഷേ, അദ്ദേഹമെന്തേ അതിനു തുനിയുന്നില്ല? ഒരു തവണ കീഴ്മേൽ നോക്കാതെ കോപിച്ചു ശപിച്ചാൽ നഷ്ടമാകുന്നത് അതുവരെ ആർജിച്ച തപശ്ശക്തിയാണ്. അതായത് ഏത് ആത്മീയ ഉന്നമനം നേടുമ്പോഴും കോപമെന്ന നമ്മുടെ ഉള്ളിൽ നിലകൊള്ളുന്ന ഒറ്റ വികാരം മാത്രം മതി നിമിഷം കൊണ്ട് ആ നേട്ടത്തെ അപ്പാടെ

നശിപ്പിക്കുവാൻ. ഒപ്പം ആയിരം ആനകളുടെ ശക്തി ഉണ്ടായിട്ടും താടക എന്തേ കൊല്ലപ്പെട്ടു എന്നു ചോദിച്ചാൽ, അവൾ തന്റെ ശക്തി, അധർമ്മം പ്രവർത്തിക്കുവാൻ വിനിയോഗിച്ചുവെന്നും, ക്രമേണ ഭയവും അഹങ്കാരവും ക്രോധവും മാത്രമായി അവളിൽ അവശേഷിക്കുന്ന വികാരങ്ങളെന്നും കാണാം. ഫലം, മരണവും.

ആത്മീയ സാധനകളാകട്ടെ, നിത്യജീവിതത്തിലെ നേട്ടങ്ങളാകട്ടെ, വിവേകമെന്ന അച്ചുതണ്ടിനു ചുറ്റുമാണ് സഞ്ചരിക്കുന്നത്. പണ്ഡിതനോ പാമരനോ, ധനാഢ്യനോ ദരിദ്രനോ ആകട്ടെ, കോപമെന്ന വികാരം സ്വന്തം ജീവിതത്തെ ഇല്ലാതാക്കുന്ന ഒന്നാണ്. നാം കണ്ടെത്തുന്നതാണ് നമ്മുടെ രാമായണം. ഒരു മനുഷ്യന്റെ ജീവിതത്തിൽ വേണ്ട മുന്നറിയിപ്പുകളാണ് അവയിലെ സംഭവങ്ങൾ. നല്ല കാര്യങ്ങൾ എത്ര വട്ടം ആവർത്തിച്ചാലും മനുഷ്യൻ മറക്കും. ദുഃശ്ചിന്തകൾ സദാ ഉള്ളിൽ സൂക്ഷിക്കുകയും ചെയ്യും. ആ മാറാല മാറ്റാൻ നന്മയുടെ തിരി സദാ മനസിൽ തെളിയേണ്ടതുണ്ട്. അതിനാൽ വീണ്ടും ഇതിഹാസ കാവ്യത്തിലൂടെ കടന്നുപോകുന്നു.

OO

അദ്ധ്യായം 3

ബാലകാണ്ഡം
35 മുതൽ 50 വരെ സർഗങ്ങൾ

കൗശികനും ദശരഥ പുത്രന്മാരും മറ്റു മുനി ജനങ്ങളും ബ്രാഹ്മണരും സിദ്ധാശ്രമത്തിൽ നിന്നു മിഥിലാ പുരിയിലേക്കുള്ള യാത്രയിലാണ്. ഈ യാത്രയിൽ വിശ്വാമിത്ര മഹർഷി, ദശരഥ പുത്രന്മാർക്ക് അവരുടെ സംശയങ്ങൾ തീർത്തു നൽകുന്നുമുണ്ട്. ഗംഗോത്പത്തി, സ്കന്ദ ജനനം, സഗര രാജാവിന്റെയും ഭഗീരഥന്റെയും കഥ, ഗംഗ എങ്ങനെ ത്രിപഥയായി എന്നതിനുത്തരം, അഹല്യാമോക്ഷം എന്നിവയാണ് ഇവിടെ പ്രതിപാദ്യം.

രാമൻ വിശ്വാമിത്ര മഹർഷിയോട് ഗംഗയുടെ ഉത്പത്തിയെക്കുറിച്ച് ചോദിച്ചു.

കൗശികൻ ഇപ്രകാരം മറുപടി പറഞ്ഞു:

ഹിമവാനു മേരു പുത്രിയായ മേനയിൽ രണ്ടു പുത്രിമാരുണ്ടായി ഗംഗയും ഉമയും. ഗംഗയെ ദേവന്മാർ ദേവലോകത്തേക്കു ഹിമവാന്റെ അനുവാദത്തോടെ കൊണ്ടുപോയി. അങ്ങനെ ദേവ ഗംഗയായി. ഉമ, കഠിന തപസ്സിലൂടെ രുദ്രന്റെ ഭാര്യയായി. ഉമയ്ക്കും പരമശിവനും കാലങ്ങൾ ചെന്നിട്ടും സന്താനഭാഗ്യമുണ്ടായില്ല. അതിന്റെ കാരണം, ശിവതേജസ്സ് ഏറ്റുവാങ്ങുവാനുള്ള ശക്തി പ്രപഞ്ചത്തിനില്ല എന്നതായിരുന്നു. ദേവന്മാർ അതിനൊരു ഉപായം കണ്ടെത്തി. ആ തേജസ് ഏറ്റെടുക്കുവാൻ അവർ വായുവിനെയും അഗ്നിയെയും നിയോഗിച്ചു.

എന്നാൽ തന്നെ അമ്മയാകുന്നതിൽ നിന്നു തടഞ്ഞ ദേവന്മാരെ

ഉമ ശപിച്ചു. ദേവപത്നിമാർക്കു മക്കളെ പ്രസവിക്കാനാകാതെ പോകട്ടെ എന്നാണു ശപിച്ചത്.

അനന്തരം ഉമയും ശിവനും ദീർഘകാല തപസ്സിനായി മറയുകയും ചെയ്തു. ദേവസേനാപതിയായ പരമശിവൻ നിഷ്ക്രമിച്ചതോടെ ദേവന്മാർ അങ്കലാപ്പിലായി. അസുരന്മാരുടെ നിരന്തര ആക്രമണത്തിൽ അവർ വിഹ്വലരായി. പുതിയ സേനാപതിയെ വേണം. അങ്ങനെ, ശിവതേജസ് ദേവഗംഗ ഏറ്റുവാങ്ങട്ടെ എന്നു തീരുമാനിച്ചു. ദിവ്യരൂപം ധരിച്ച ഗംഗയിൽ അഗ്നി, തേജസ് നിക്ഷേപിച്ചു. എന്നാൽ, ആ തേജസ് ഗംഗയെ ചുട്ടുപൊള്ളിച്ചു. ഗംഗയോട് അഗ്നി ആ തേജസ് ഹിമവാനു സമീപം മോചിപ്പിക്കുവാൻ ആവശ്യപ്പെട്ടു. അതിൽ നിന്നു പിറന്ന കുമാരനാണു സ്കന്ദൻ. ആറുമുഖങ്ങളുള്ള കുഞ്ഞിനെ കൃതികകൾ മുലയൂട്ടി. ആറുമുഖങ്ങളുള്ളതിനാൽ ഷൺമുഖനായി. കൃതികകൾ വളർത്തിയതിനാൽ കാർത്തികേയനെന്നു വിളിക്കപ്പെട്ടു. അവൻ ഞൊടിയിടയിൽ വളർന്നു. ദേവസേനാപതിയായി.

അടുത്തതായി മുനി പറഞ്ഞത് ഇക്ഷ്വാകുവംശത്തിന്റെ കഥയാണ്. പണ്ട് അയോധ്യ ഭരിച്ച സഗരന് രണ്ടു ഭാര്യമാരുണ്ടായിരുന്നു. കേശിനിയും സുമതിയും. കാലമേറെക്കഴിഞ്ഞിട്ടും സന്താനലാഭം ഉണ്ടാകാതെ വിഷമിച്ച രാജാവും പത്നിമാരും നീണ്ട തപസ്സിലേർപ്പെട്ടു. ഒടുവിൽ സന്താനങ്ങൾ ജനിക്കുമെന്ന അനുഗ്രഹം ലഭിച്ചു. അങ്ങനെ കേശിനി ലക്ഷണമൊത്ത ഒരു മകനു ജന്മം നൽകി. സുമതി ഒരു ഗർഭ പിണ്ഡത്തിനും. അതിനെ അറുപതിനായിരം കഷണങ്ങളാക്കി നുറുക്കി നെയ്ക്കുടങ്ങളിൽ നിക്ഷേപിച്ചു ധാത്രിമാർ പരിപാലിക്കുക വഴി അറുപതിനായിരം പുത്രന്മാർ സഗരനു വേറെ ജനിച്ചു. എന്നാൽ കേശിനിയുടെ പുത്രൻ അസമഞ്ജൻ, സുമതിയുടെ കുട്ടികളെ പിടിച്ച് സരയുവിൽ എറിഞ്ഞു രസിക്കുമായിരുന്നു. ഈ ദുഷ്ടത കണ്ട് സഗരൻ മകനെ നാടുകടത്തി. അനന്തരം ഒരു വലിയ യാഗം ചെയ്യുവാനൊരുങ്ങി. ഹിമവാനും വിന്ധ്യനുമിടയിലെ ഭൂമിയാണ് യജ്ഞ ഭൂമി.

യാഗമാരംഭിച്ചു. എന്നാൽ ആരോ യാഗാശ്വത്തെ മോഷ്ടിച്ചു കടന്നു കളഞ്ഞു. സഗരപുത്രന്മാർ അശ്വത്തെത്തേടി ഭൂമിയാകെ നടന്നു. കണ്ടില്ല. പിന്നെ ഭൂമി കുഴിക്കുവാൻ തുടങ്ങി. ഭൂമി അരുതെ

ന്നു വിലപിച്ചിട്ടും അവർ കൂട്ടാക്കാതെ രസാതലവും കടന്നു മുന്നേറി. ഒടുവിൽ ഭൂമിയെ താങ്ങി നിൽക്കുന്ന നാലു ദിക്കിലെയും ദിഗ് ഗജങ്ങളെയും അവർ കണ്ടു. ഇത്രയുമായപ്പോൾ ഭൂമിയുടെ അപേക്ഷ മാനിച്ച് മഹാവിഷ്ണു സഗര പുത്രന്മാരുടെ അഹന്ത അവസാനിപ്പിക്കുവാൻ നിശ്ചയിച്ചു. സഗര പുത്രന്മാർ പിന്മാറാതെ പിന്നെയും താഴേക്കു കുഴിച്ചു

ചെല്ലുമ്പോൾ ധ്യാന നിരതനായ കപില മഹർഷിയെ കണ്ടു. അദ്ദേഹത്തിനു സമീപമായി യാഗാശ്വത്തെയും കണ്ട സഗര പുത്ര ന്മാർ മുനിയെ കള്ളനെന്ന് അധിക്ഷേപിച്ചു. ക്രുദ്ധനായ മുനി ഒന്നു മൂളി. ആ ഹുങ്കാരത്തിൽ അറുപതിനായിരം പേരും ചാമ്പലായി. ഒടുവിൽ അശ്വത്തെ കണ്ടെത്താൻ സഗരൻ പൗത്രനായ അംശുമാ നെ നിയോഗിച്ചു. അയാൾക്കു കപില മുനിയുടെ മുന്നിൽ വച്ചു അശ്വത്തെ കണ്ടെത്താനായി. അംശുമാൻ മഹർഷിയെ വന്ദിച്ച് തന്റെ അറുപതിനായിരം വരുന്ന പിതാക്കന്മാർക്ക് എന്തു സംഭവിച്ചു വെന്ന് അന്വേഷിച്ചു. മഹർഷി കാര്യങ്ങൾ വിശദീകരിച്ചു. ഒപ്പം, ഗംഗാസ്പർശനത്താൽ മാത്രമേ സഗര പുത്രന്മാർക്ക് മോക്ഷം കിട്ടുകയുള്ളൂ എന്നും അറിയിച്ചു. അശ്വവുമായി മടങ്ങിയ അംശു മാൻ കാര്യങ്ങൾ സഗരനെ ധരിപ്പിച്ചു. യാഗം പൂർത്തിയാക്കി, ഗംഗ യെ ദേവലോകത്തു നിന്നും ഭൂമിയിലേക്കു കൊണ്ടുവരുവാനായി ശ്രമിച്ചുവെങ്കിലും പരാജയപ്പെട്ടു. അംശുമാനും മകൻ വിക്രമനായ ദിലീപനും പരാജയപ്പെട്ടതോടെ ഒടുവിൽ ദിലീപ പുത്രൻ ഭഗീര ഥൻ രാജ്യഭാരം മന്ത്രിമാരെ ഏൽപ്പിച്ചു തപസിനു പോയി. അനേ കായിരം വർഷം നീണ്ട ഘോര തപസ്സിനൊടുവിൽ ബ്രഹ്മാവ് പ്രത്യക്ഷപ്പെട്ടു. ഭഗീരഥൻ, ദേവ ഗംഗയെ ഭൂമിയിലേക്ക് ഒഴുക്കുവാൻ വരം ചോദിച്ചു. എന്നാൽ ഗംഗയുടെ പ്രവാഹം ഭൂമിക്കു

താങ്ങാനാകില്ലെന്നും ആ പ്രവാഹം താങ്ങുവാൻ ശിവനു മാത്ര മേ സാധിക്കൂവെന്നും ശിവനെ ഭജിക്കുവാനും ആവശ്യപ്പെട്ടു. വീണ്ടും നീണ്ട തപസ്. ഒടുവിൽ ശിവൻ പ്രസാദിച്ചു. ഗംഗ, ശിവ നെക്കൂടി ഒഴുക്കിക്കൊണ്ടു പോകണമെന്ന ചിന്തയിൽ ശക്തിയായി താഴേക്കു പതിച്ചു. എന്നാൽ ശിവൻ ഗംഗയെ തന്റെ ജടയിൽ കുരു ക്കി. ഭഗീരഥൻ വീണ്ടും തപസു ചെയ്തു ഗംഗയെ ജടയിൽ നിന്നു മോചിപ്പിച്ചു. ഗംഗ ഏഴായി പിരിഞ്ഞു. മൂന്നെണ്ണം കിഴക്കോട്ടും

മൂന്നെണ്ണം പടിഞ്ഞാട്ടും. ഒരു ശാഖ ഭഗീരഥനു പിന്നാലെ ഒഴുകി. അതു പാതാള ലോകത്തു കൂടി ഒഴുകി അവിടെ കരിഞ്ഞു വീണ പ്രപിതാമഹന്മാരുടെ ചാരത്തിലൂടെ ഒഴുകി ഏവർക്കും മോക്ഷം നൽകി. ഗംഗയിൽ പൂർവികർക്കു വേണ്ട വിധം തർപ്പണം ചെയ്തു ഭഗീരഥൻ തന്റെ കടമ നിർവഹിച്ചു.

അങ്ങനെ സഗര കഥയും രാമനു മഹർഷി പറഞ്ഞു കൊടുത്തു.

മുനിയും രാമലക്ഷ്മണന്മാരും യാത്ര തുടർന്നു. അവർ വൈകാതെ വളരെ പ്രത്യേകത തോന്നിക്കുന്ന ഒരു ആശ്രമത്തിനരികിലെത്തി. അത് ഗൗതമ മുനിയുടെയും പത്നി അഹല്യയുടെയും ആശ്രമമായിരുന്നു. ആശ്രമത്തിലെത്തും മുൻപ് മുനി അഹല്യയുടെ കഥ പറഞ്ഞു.

ഒരിക്കൽ ഗൗതമ മുനി വളരെ നാൾ നീണ്ട തപസ്സിലേക്കു കടന്നു. ആ തപസു പൂർത്തിയാകുവാൻ പാടില്ല എന്നു ചിന്തിച്ച്, ഇന്ദ്രൻ അതു മുടക്കുവാൻ, മുനി കുളിക്കുവാനും സന്ധ്യാവന്ദനത്തിനുമായി പോയ നേരത്തു മുനി രൂപം ധരിച്ച് അഹല്യയുടെ മുന്നിലെത്തി. അത് ഇന്ദ്രനാണെന്നു മനസിലാക്കിയിട്ടും അഹല്യ ഇന്ദ്രനെ എതിർത്തില്ല. എന്നാൽ അഹല്യയെ പ്രാപിച്ച ഇന്ദ്രൻ മടങ്ങുവാൻ സമയത്തു മുനി അവിടേക്കു കടന്നു വരികയും ഇന്ദ്രനെ വൃഷണഹീനനാകട്ടെ എന്നു ശപിക്കുകയും ചെയ്തു. അറിഞ്ഞു കൊണ്ടു ഇന്ദ്രനെ സ്വീകരിച്ച അഹല്യയോടു അനേകായിരം വർഷം നീ വായു മാത്രം ഭക്ഷിച്ച്, ചാരത്തിൽ കിടക്കുവാനിടയാകുമെന്നും മറ്റൊരു ജീവിക്കും കാണാനാകില്ല എന്നും ശപിച്ചു.

അഹല്യയുടെ ദീനമായ അപേക്ഷയിൽ കോപം ഒട്ടൊന്നു ശമിച്ച മുനി ദശരഥ പുത്രനായ രാമന്റെ പാദസ്പപർശത്താൽ ശാപമോക്ഷം ലഭിക്കുമെന്നും പറഞ്ഞു ഉടനെ തന്നെ ആശ്രമം വെടിഞ്ഞു ഹിമവദ് ശിഖരത്തിൽ തപസിനായി യാത്രയാവുകയും ചെയ്തു.

വിശ്വാമിത്രനു പിറകേ രാമലക്ഷമണന്മാൻ ആശ്രമത്തിൽ പ്രവേശിച്ചു. രാമന്റെ പാദസ്പർശത്തോടെ അഹല്യയെ ഏവർക്കും കാണാൻ കഴിഞ്ഞു. ഈ സമയം അവിടെ വന്നെത്തിയ ഗൗതമ മുനിയും അഹല്യയും ചേർന്നു രാമനെ സ്വീകരിക്കുകയും പൂജി

ക്കുകയും ചെയ്തു. അവിടുത്തെ ആതിഥ്യം സ്വീകരിച്ച് ഏറെ മോദത്തോടെ അവിടെ നിന്നു വിട കൊണ്ട മുനിയും ദശരഥ പുത്രന്മാരും മിഥിലാ പുരിയിലേക്കു പ്രവേശിച്ചു.

സാരാംശം

മൂന്നാം അദ്ധ്യായം രാമായണം നമുക്കു നൽകുന്നത് ഒരു പിടി കഥകളാണ്. അവയിൽ ആധുനിക ജീവിതവുമായി നമുക്കു ബന്ധപ്പെടുത്താവുന്ന ഏറ്റവും ശ്രദ്ധേയനായ ഒരു വ്യക്തിയെയും ഒരു സ്വഭാവ ഗുണത്തെയും പരിചയപ്പെടുത്തുന്നുണ്ട്. ഭഗീരഥൻ എന്നാണ് ആ കഥാപാത്രത്തിന്റെ പേര്. അയാളിൽ വിളങ്ങി നിന്ന ഗുണം സ്ഥിരോത്സാഹമാണ്. ഒന്നോർക്കണം, സഗരൻ, അദ്ദേഹത്തിന്റെ പുത്രന്മാർ, അംശുമാൻ, ദിലീപൻ എന്നിങ്ങനെ നാലു തലമുറകളിലുള്ളവരുടെ മോക്ഷത്തിനു വേണ്ടിയാണ് ഭഗീരഥൻ നിലകൊള്ളുന്നത്. കൊടും തപസ്സു മൂന്നു പ്രാവശ്യം ചെയ്യേണ്ടി വരുന്നുമുണ്ട്. ഗംഗ, ത്രിപഥഗംഗയാകുന്നതും ഭഗീരഥൻ കാരണമാണ്. അതുകൊണ്ടാണല്ലോ ഭഗീരഥപ്രയത്നം എന്ന പ്രയോഗം പോലുമുണ്ടായതും.

ഇനി ഗൗതമമുനിയുടെ കഥ നോക്കാം. ദീർഘകാലം തപസ്സു ചെയ്തു നേടിയ തപശക്തി ഗൗതമ മുനിക്കു നഷ്ടമാകുവാൻ കാരണം അദ്ദേഹത്തിനുണ്ടായ ക്രോധമാണെന്നു കാണാം. അതായത് ഒന്നാം ദിനം മുതൽ രാമായണത്തിൽ അന്തർലീനമായ ഒരു സന്ദേശം മഹത്തുക്കളേ, ക്രോധമരുതേ എന്നതാണ്.

അദ്ധ്യായം 4

ബാലകാണ്ഡം

51 മുതൽ 69 വരെ സർഗങ്ങൾ

(വിശ്വാമിത്ര മഹർഷിയുടെ കഥയും, ത്രിശങ്കു സ്വർഗവും ചാപ ഭംഗവുമാണ് ഈ അദ്ധ്യായത്തിലെ പ്രതിപാദ്യം)

മിഥിലാ പുരിയിലേക്കു വിശ്വാമിത്ര മുനിയും പരിവാരങ്ങളും എത്തിച്ചേർന്നിരിക്കുന്നുവെന്ന വാർത്ത കേട്ട്, മിഥിലാധിപതിയായ ജനകൻ രാജഗുരുവായ ശതാനന്ദനെ അദ്ദേഹത്തെ സ്വീകരിക്കുവാനായി അയച്ചു. ശതാനന്ദൻ, ഏവരേയും സ്വീകരിച്ചു കൊട്ടാരത്തിലേക്കു ആനയിച്ചു, മഹർഷി ആതിഥ്യം സ്വീകരിച്ചു. സംസാരമദ്ധ്യേ, ഗൗതമ മുനിയുടെയും അഹല്യയുടെയും പുത്രനായ ശതാനന്ദൻ അമ്മയ്ക്കു മോക്ഷം ലഭിച്ചുവോ, അമ്മയും അച്ഛനും ഒന്നിച്ചുവോ, അവർ വേണ്ട വിധം മുനിയേയും രാമലക്ഷമണന്മാരേയും പൂജിച്ചുവോ എന്നും അന്വേഷിച്ചു. എല്ലാം മംഗളമായി എന്ന വിശ്വാമിത്രവാക്യം കേട്ടു ശതാനന്ദൻ ആനന്ദവാനായി.

പിന്നീട്, ശതാനന്ദൻ രാമനോടായി വിശ്വാമിത്ര മഹർഷിയുടെയുടെ ചരിത്രം മഹത്തായ ഒന്നാണെന്നും ആ കഥ അറിയുമോ എന്നു ചോദിച്ചു. രാമനു വേണ്ടി ശതാനന്ദൻ പറഞ്ഞു തുടങ്ങി. പ്രജാപതിക്കു കുശൻ എന്നൊരു പുത്രനുണ്ടായിരുന്നു. കുശന്റെ പുത്രൻ കുശനാഭൻ, അദ്ദേഹത്തിന്റെ പുത്രൻ ഗാധി, ഗാധിയുടെ പുത്രൻ വിശ്വാമിത്രൻ.

അദ്ദേഹം, അനേകായിരം വർഷം രാജ്യം ഭരിച്ചു. ഒരിക്കൽ

സ്വന്തം അക്ഷൗഹിണിയുമായി വിശ്വാമിത്രൻ ഭൂമി ചുറ്റി സഞ്ചരിക്കുമ്പോൾ വസിഷ്ഠാശ്രമപദത്തിൽ എത്തിച്ചേർന്നു. വസിഷ്ഠനെക്കണ്ട വിശ്വാമിത്രൻ അദ്ദേഹത്തെ പ്രണമിച്ചു. മഹർഷി രാജാവിനെ യഥോചിതം ആനയിച്ചു. ഉപചാരം സ്വീകരിച്ചു മടങ്ങുവാൻ തുടങ്ങിയ രാജാവിനെ തടഞ്ഞു പാനോപചാരങ്ങൾ കൂടി സ്വീകരിക്കുവാൻ അഭ്യർഥിച്ചു. വസിഷ്ഠന്റെ നിർബന്ധത്തിനു വഴങ്ങി, വിശ്വാമിത്രനും പടയും അദ്ദേഹത്തിന്റെ ഉപചാരങ്ങൾ സ്വീകരിക്കുവാൻ തീരുമാനിച്ചു.

മഹർഷി വേഗം തന്റെ പുള്ളിപ്പശുവായ ശബളയെ അടുത്തേക്കു വിളിച്ചു പറഞ്ഞു, 'ശബളേ, വരൂ വേഗം, സേനയോടൊത്ത രാജാവിന് വേണ്ട സത്കാരം നടത്തുക.'

നിമിഷം കൊണ്ട് എല്ലാവിധ പാനോപചാരങ്ങളും അവർക്കു മുന്നിൽ പ്രത്യക്ഷമായി. അത്ര ഗംഭീരമായ വിരുന്നാസ്വദിച്ച് ഏവരും തുഷ്ടരായി. വിരുന്നു കഴിഞ്ഞതോടെ വിശ്വാമിത്രൻ മുനിയോട് ശബളയെന്ന കാമധേനുവിനെ തനിക്കു നൽകണമെന്ന് ആവശ്യപ്പെട്ടു. അദ്ദേഹം നിരാകരിച്ചു. അതോടെ ക്രുദ്ധനായ രാജാവ് ശബളയെ പിടിച്ചുകെട്ടുവാൻ നിശ്ചയിച്ചു. എന്നാൽ, ശബളയാകട്ടെ തന്നെ പിടികൂടാൻ വരുന്ന പടയാളികളിൽ നിന്നും രക്ഷപെട്ടു മഹർഷിയുടെ അടുത്തേക്ക് ഓടിയെത്തി തന്നെ കയ്യൊഴിയരുതെന്നു കേണു.

മഹർഷി ശബളയോട് അവരെ ആക്രമിക്കുവാൻ പടയാളികളെ സൃഷ്ടിക്കുവാൻ ആവശ്യപ്പെട്ടു. ശബള നൂറുകണക്കിനു പല്ലവമാരെ സൃഷ്ടിച്ചു. അവർ വിശ്വാമിത്രന്റെ പടയെ ആക്രമിച്ചു. എന്നാൽ വിശ്വാമിത്രൻ ശബള സൃഷ്ടിച്ച ആ പല്ലവപ്പടയെ തകർത്തു കളഞ്ഞു. പല്ലവന്മാർ വധിക്കപ്പെട്ടതു കണ്ട് ശബള, കൗശിക സേനയെ ചുട്ടെരിക്കുവാൻ ശകന്മാരെയും യവനൻമാരെയും സൃഷ്ടിച്ചു. അവരും വിശ്വാമിത്രനാൽ വധിക്കപ്പെട്ടു. ഇതോടെ യോഗശക്തിയാൽ പടയാളികളെ സൃഷ്ടിക്കാൻ ശമ്പളയോടു മഹർഷി ആവശ്യപ്പെട്ടു. അങ്ങനെ യോഗ ശക്തി കൊണ്ടു സൃഷ്ടിച്ച സേന വിശ്വാമിത്രസേനയെ മുച്ചൂടും നശിപ്പിച്ചു. കൂടാതെ പാഞ്ഞടുത്ത വിശ്വാമിത്രന്റെ നൂറു പുത്രന്മാരും അതിൽ വസിഷ്ഠസേനയാൽ വധിക്കപ്പെട്ടു.

ലജ്ജിതനായ വിശ്വാമിത്രൻ, ഒരു പുത്രനെ രാജ്യഭാരം ഏൽപ്പിച്ച് വസിഷ്ഠനെ പരാജയപ്പെടുത്താനുള്ള അസ്ത്രശസ്ത്രങ്ങൾക്കായി തപസ്സിനായി പുറപ്പെട്ടു. തപസ്സിനൊടുവിൽ പരമശിവൻ പ്രത്യക്ഷനായി. അദ്ദേഹം നൽകിയ അസ്ത്രങ്ങളുമായി വിശ്വാമിത്രൻ കൊടുങ്കാറ്റുപോലെ വസിഷ്ഠനു നേരെ പാഞ്ഞടുത്തു. ആശ്രമം പൊടി മൂടി. സർവരും ഭയന്നോടി അകന്നു. വസിഷ്ഠൻ മാത്രം അക്ഷോഭ്യനായി തന്റെ ബ്രഹ്മദണ്ഡ് കൈയ്യിലെടുത്തു നിന്നു. വിശ്വാമിത്രൻ എയ്ത അസ്ത്രങ്ങളൊക്കെയും നിഷ്ഫലം. ഒടുവിൽ ബ്രഹ്മാസ്ത്രവും പ്രയോഗിച്ചു. അതും ബ്രഹ്മദണ്ഡുപയോഗിച്ചു തടഞ്ഞതോടെ വസിഷ്ഠ തേജസ്സിനാൽ ലോകം ചുട്ടുപൊള്ളുവാൻ തുടങ്ങി. ദേവകൾ യുദ്ധത്തിൽ വസിഷ്ഠൻ വിശ്വാമിത്രനെ പരാജയപ്പെടുത്തിയിരിക്കുന്നുവെന്നു വാഴ്ത്തി, അതോടെ ലജ്ജിതനായ വിശ്വാമിത്രനു ക്ഷത്രിയ ബലത്തെക്കാൾ ബ്രഹ്മബലമാണു മികച്ചതെന്നു ബോധ്യമായി.

വസിഷ്ഠനോടുള്ള പകയിൽ ബ്രഹ്മർഷിപദത്തിനായി തപസ്സനുഷ്ഠിക്കുവാൻ വിശ്വാമിത്രൻ നിശ്ചയിച്ചു. അങ്ങനെ ദക്ഷിണ ദിക്കിൽ പത്നിയോടൊപ്പമെത്തി തപസ്സുതുടങ്ങി. ആയിരം വർഷം നീണ്ട തപസിനൊടുവിൽ ബ്രഹ്മാവ് പ്രത്യക്ഷനായി അങ്ങു രാജർഷിയായെന്ന് അറിയിച്ചു. അതിൽ തൃപ്തനാകാതെ വിശ്വാമിത്രൻ തപസു തുടർന്നു.

ഇക്കാലത്ത് ഇക്ഷ്വാകുവംശത്തിൽ ത്രിശങ്കു എന്നൊരു രാജാവുണ്ടായിരുന്നു. അദ്ദേഹത്തിന് ഉടലോടെ ദേവലോകത്തേക്കു പോകണമെന്നു ആശയായി. രാജഗുരു വസിഷ്ഠനോട് ആഗ്രഹം പറഞ്ഞുവെങ്കിലും അത് അസാധ്യമെന്നു ഗുരു ഉപദേശിച്ചു മടങ്ങി. എന്നാൽ, തൃപ്തനാകാത്ത ത്രിശങ്കു വസിഷ്ഠ പുത്രന്മാരോട് ഇതേ കാര്യം ആവശ്യപ്പെട്ടു. എന്നാൽ, അച്ഛൻ സാധിക്കില്ലെന്നു പറഞ്ഞ കാര്യത്തിനു വീണ്ടും വന്ന ത്രിശങ്കുവിനെ അവർ ശാസിച്ചു മടക്കി അയയ്ക്കാൻ ശ്രമിച്ചു.

എന്നാൽ ഗുരുവിനെയും ഗുരു പുത്രന്മാരെയും തള്ളി മറ്റെന്തെങ്കിലും മാർഗമുണ്ടോ എന്നു നോക്കട്ടെ എന്നായിരുന്നു ത്രിശങ്കുവിന്റെ മറുപടി. അതോടെ വസിഷ്ഠ പുത്രന്മാർ ത്രിശങ്കുവിനെ ഗുരുനിന്ദ നടത്തിയതിനാൽ ചണ്ഡാളനാകട്ടെ എന്നു ശപിച്ചു.

ചണ്ഡാളനായ ത്രിശങ്കു, വിശ്വാമിത്രനെ ശരണം പ്രാപിച്ചു. അദ്ദേഹം ത്രിശങ്കുവിനെ സഹായിക്കാമെന്നു വാക്കു നൽകി. സ്വപുത്രന്മാരോടു വേണ്ടതു ചെയ്യാൻ ആജ്ഞാപിച്ചു. ശിഷ്യരോട് വസിഷ്ഠ പുത്രന്മാരുൾപ്പെടെ ഏവരെയും ക്ഷണിക്കുവാൻ ആവശ്യപ്പെട്ടു. ഒപ്പം അവർ പറയുന്ന മറുപടി അറിയിക്കുവാനും ആവശ്യപ്പെട്ടു. എന്നാൽ വസിഷ്ഠ പുത്രന്മാർ അപമാനിച്ചുവെന്ന വാർത്ത കേട്ട് തന്നെ അപമാനിച്ചവർ ശവഭോജികളായി എഴുന്നൂറു ജന്മം അലയട്ടെ എന്നു ശപിച്ചു.

പിന്നെ യജ്ഞം ആരംഭിച്ചു. വിശ്വാമിത്രനെ ഭയന്നു മറ്റു ഋഷിമാർ ത്രിശങ്കുവിനെ ദേഹത്തോടെ സ്വർഗത്തിലേക്കു അയയ്ക്കുവാൻ വേണ്ട യജ്ഞമാരംഭിച്ചു. എന്നാൽ ചണ്ഡാളനായ ത്രിശങ്കുവിനു വേണ്ടിയുള്ള യജ്ഞത്തിന്റെ ഹവിസ് സ്വീകരിക്കുവാൻ ദേവകൾ വന്നില്ല. അതിൽ കോപം കൊണ്ട വിശ്വാമിത്രൻ സ്വന്തം ശക്തിയാൽ ത്രിശങ്കുവിനെ ഉടലോടെ ദേവലോകത്തേക്ക് ഉയർത്തി. എന്നാൽ ത്രിശങ്കു വരുന്നതു കണ്ട് അതു തടയാൻ ദേവേന്ദ്രൻ വേഗം നീ തലകുത്തി ഭൂമിയിൽ പതിക്കട്ടെ എന്നു ശപിച്ചു. താഴേക്കു പതിക്കാൻ തുടങ്ങിയ ത്രിശങ്കുവിനെ നില്ല് എന്നു പറഞ്ഞുകൊണ്ട് വിശ്വാമിത്രൻ മറ്റൊരു സ്വർഗം സൃഷ്ടിക്കാനൊരുങ്ങി. സപ്തർഷികളെയും നക്ഷത്ര സമൂഹത്തെയും സൃഷ്ടിച്ചു. പുതിയ ഇന്ദ്രനെയും സൃഷ്ടിക്കും എന്നു പറഞ്ഞതോടെ പരിഭ്രാന്തരായ ദേവന്മാരും അസുരന്മാരും വിശ്വാമിത്രനു മുന്നിലെത്തി. ഗുരുശാപമുള്ള ത്രിശങ്കുവിനെ സ്വർഗത്തിൽ പ്രവേശിപ്പിക്കാനാകില്ല എന്നറിയിച്ചു. എന്നാൽ വിശ്വാമിത്രൻ സമ്മതിച്ചില്ല. ഒടുവിൽ വിശ്വാമിത്രൻ സൃഷ്ടിച്ച ലോകം ശാശ്വതമായി നിലകൊള്ളട്ടെ എന്നും ത്രിശങ്കു ആ ലോകത്തു കഴിയട്ടെ എന്നും അനുഗ്രഹിച്ചു.

തെക്കു ദിക്കിൽ തപസ്സിനു ഭംഗം സംഭവിച്ചതിനാൽ അവിടെ തുടരണ്ട എന്നു നിശ്ചയിച്ചു തപസ്സു തുടരുവാൻ വിശ്വാമിത്രൻ പടിഞ്ഞാറുദിക്കിലേക്കു സഞ്ചരിച്ചു. ഈ സമയത്ത് അയോധ്യാപതിയായ അംബരീഷൻ ഒരു യജ്ഞം നടത്തുകയായിരുന്നു. എന്നാൽ ഇന്ദ്രൻ അശ്വത്തെ മോഷ്ടിച്ചു. അതോടെ, അശ്വത്തെ അല്ലെങ്കിൽ ബലിക്കായി ഒരു മനുഷ്യനെ വേണമെന്ന അവസ്ഥ വന്നു. അംബരീഷൻ കുതിരയെ കിട്ടാതെ ഋചീകനെന്ന മുനിയെ സമീപിച്ച് ഒരു

പുത്രനെ നൽകുവാൻ ആവശ്യപ്പെട്ടു. മൂത്ത പുത്രനെ നൽകാനാവില്ലെന്നു ഋഷിയും, ഇളയവനെ നൽകില്ലെന്നു പത്നിയും പറഞ്ഞതോടെ നടുവിലെ പുത്രൻ ശുനഃശേപൻ രാജാവിനൊപ്പം യാത്രയായി.

വഴിയിൽ വച്ചു വിശ്വാമിത്രനെ കണ്ട ശുനഃശേപൻ അദ്ദേഹത്തോട് തന്നെ രക്ഷിക്കുവാൻ ആവശ്യപ്പെടുകയും അഭയം പ്രാപിക്കുകയും ചെയ്തു. മറ്റാരും ശുനഃശേപനു പകരം പോകാൻ കൂട്ടാക്കിയില്ല. അപ്പോൾ മുനി രണ്ടു രഹസ്യ മന്ത്രങ്ങൾ അവനുപദേശിച്ചു കൊടുത്തു. അംബരീഷൻ യജ്ഞം തുടർന്നു. ബലിക്കായി ബാലനെ ബന്ധിച്ചപ്പോൾ ഇന്ദ്രനെയും അഗ്നിയെയും ശുനഃശേപൻ സ്തുതിച്ചു. അവർ ശുനഃശേപനെ അനുഗ്രഹിച്ച് ദീർഘായുസ് നൽകി. യജ്ഞം മംഗളമായി നടന്നു.

പടിഞ്ഞാറു ദിക്കിലും തപസ്സിനു ഭംഗം വന്നു എന്നതു മനസിലാക്കിയ വിശ്വാമിത്രൻ, വടക്കു ദിക്കിലേക്കു യാത്രയായി. അവിടെ തപസു തുടർന്നു. മുനി പദം നേടി. അതിൽ തൃപ്തിവരാതെ വീണ്ടും തപസു തുടർന്നു. അതു മുടക്കുവാൻ ഇന്ദ്രൻ മേനകയെ നിയോഗിച്ചു, ഏതാണ്ടു പത്തു വർഷക്കാലം ആ ബന്ധം നീണ്ടു. തപസു മുടങ്ങി.

പിന്നീടു പറ്റിയ അബദ്ധം മനസിലാക്കി അദ്ദേഹം തപസിലേക്കു മടങ്ങി മഹർഷി പദത്തിലെത്തി. എന്നാൽ അതും അദ്ദേഹത്തെ തൃപ്തിപ്പെടുത്തിയില്ല. വീണ്ടും തപസ്സു തുടർന്ന അദ്ദേഹത്തെ തടയുവാൻ ഇന്ദ്രൻ അയച്ച രംഭയ്ക്കു സാധിച്ചില്ല. ഇന്ദ്രനെയും രംഭയെയും ശപിച്ച അദ്ദേഹം കോപം തപസിനു വിഘ്നമാണെന്നറിഞ്ഞു.

ഒടുവിൽ വടക്കു ദിക്കിൽ നിന്നും കിഴക്കു ദിക്കിലെത്തി ശ്വാസം നിരോധിച്ചു തപസിലേർപ്പെട്ടു. ആ കൊടും തപസിനൊടുവിൽ ബ്രഹ്മർഷിപദത്തിനു അർഹനായി. വസിഷ്ഠമുനി നേരിട്ടു പ്രത്യക്ഷപ്പെട്ട് അവർ തമ്മിൽ സന്ധി ചെയ്തു.

ഇങ്ങനെ വിശ്വാമിത്രകഥ കേട്ട ഏവർക്കും സന്തോഷമായി. ഈ സമയം ജനകൻ, തനിക്കു ദേവകൾ, ന്യാസമായി നൽകിയ ശൈവ ചാപത്തെക്കുറിച്ചു പറഞ്ഞു. ഒപ്പം നിലം ഉഴുമ്പോൾ തനിക്കൊരു

പെൺകുഞ്ഞിനെ ലഭിച്ചെന്നും സീതയെന്ന തന്റെ ആ പ്രിയപുത്രിക്കുള്ള വീര്യ ശുല്ക്കമാണ് ആ വില്ല് എന്നുമറിയിച്ചു.

രാമൻ വില്ലു കാണാൻ ആഗ്രഹം പ്രകടിപ്പിച്ചു. അയ്യായിരം പേർ എട്ടു ചക്രമുള്ള പേടകത്തിൽ എത്തിച്ച വില്ലു കണ്ട്, അതു വന്ദിച്ചു നടുവിൽ പൊക്കി എടുത്തു ഞാൺകെട്ടവേ അതു രണ്ടായി ഒടിഞ്ഞു. ആ ശബ്ദത്തിൽ ഭൂമി നടുങ്ങി. ചുറ്റും പൊടി മൂടി. അന്ധകാരം നിറഞ്ഞു ഏവരും സ്തബ്ധരായി. പിന്നെ രാമൻ ആ ശൈവചാപം നിസ്സാരമായി ഒടിച്ചതുകണ്ട് അത്ഭുതപ്പെട്ടു. സീതയെ രാമനു നൽകുവാൻ തീരുമാനമായി. ദൂതന്മാരെ അയോധ്യയിലേക്കു അയച്ചു. ശുഭവാർത്ത കേട്ടു ദശരഥനും മന്ത്രിമാരും ഗുരു വസിഷ്ഠനും മറ്റു പരിവാരങ്ങളും മിഥിലയിലേക്കു വന്നു ചേർന്നു.

സാരാംശം

നാലാം ദിവസം വിശ്വാമിത്ര മഹർഷിയുടെ ദിവസമായി കാണാം. ഒരു വില്ലാളിയായ രാജാവിൽ നിന്നു ബ്രഹ്മർഷിപദത്തിലേക്കുള്ള യാത്രയാണ് ഇവിടെ വിശദമായി പ്രതിപാദിച്ചിരിക്കുന്നത്. വിശ്വാമിത്രന്റെ കഥ വളരെ വിശദമായി മനുഷ്യന്റെ അഹംബോധത്തെ കാണിക്കുന്നു. 'ഞാൻ ചക്രവർത്തിയാണ് എനിക്കാണ് ശബള അനുയോജ്യ' എന്ന അഹംഭാവവും, തുടക്കം മുതൽ എനിക്ക് എന്ന ചിന്തയും മുന്നിട്ടു നിൽക്കുന്നു. ഇവിടെ ശബളയുണ്ട് തന്റെ ഒപ്പം എന്നത് എല്ലാവരേയും കാണിക്കുവാനുള്ള വസിഷ്ഠന്റെ ശ്രമവും ശ്രദ്ധിക്കേണ്ടതാണ്. ശബള എന്നത് ഭൂമിയിൽ മറ്റെവിടെയെങ്കിലും കണ്ടെത്താവുന്ന ഒന്നല്ല എന്ന അറിവാണു 'നല്ലത് എല്ലാം തനിക്ക്' എന്ന ശാഠ്യത്തിലേക്കു വിശ്വാമിത്രനെ നയിക്കുന്നത്.

ത്രിശങ്കുവിന്റെ കാര്യത്തിലും യോഗ്യതയില്ലാത്ത ഒരാൾക്ക് സ്വന്തം അപ്രമാദിത്വം ഉറപ്പിക്കുവാനായി വിശ്വാമിത്രൻ ഇടപെടുകയാണ്. ത്രിശങ്കുവിനു വാക്കു കൊടുക്കുമ്പോൾ അന്നുവരെയുള്ള ധർമ്മാചാരങ്ങളെ തള്ളിക്കളയുന്നുമുണ്ട്. അതിന്റെ ഫലമായി ത്രിശങ്കു യഥാർത്ഥത്തിൽ ദേവലോകത്തിൽ എത്തുന്നില്ല. പകരം ഒരു മായാ ദേവലോകത്താണ് എത്തിപ്പെടുന്നത്. ഒരു അനുരഞ്ജനത്തിന്റെ ഫലമായാണ് ത്രിശങ്കു സ്വർഗം എന്ന മായാദേവലോകം

രൂപപ്പെടാൻ ഇടയാകുന്നത്. അതിനു ശേഷം ഘട്ടങ്ങളായാണ് വിശ്വാമിത്രൻ ബ്രഹ്മർഷിപദത്തിലേക്കുയരുന്നത്. ഈ പാതയിൽ ആദ്യം കാമവും പിന്നീടു കോപവുമാണ് തന്റെ ഏറ്റവും വലിയ തടസമെന്നു അദ്ദേഹം തിരിച്ചറിയുന്നുണ്ട്. ഏറ്റവും ഒടുവിൽ മനസിലെ എല്ലാ അഹന്തകളും അവസാനിക്കുമ്പോഴാണ് അദ്ദേഹം ബ്രഹ്മർഷിയായി മാറുന്നത്.

○○

അദ്ധ്യായം 5

ബാലകാണ്ഡം
71 മുതൽ 76 വരെ സർഗം
അയോധ്യാകാണ്ഡം
1 മുതൽ 10 വരെയും

(സീതാ കല്യാണവും രാമനെ യുവരാജാവായി അഭിഷേകം ചെയ്യുവാനുള്ള തീരുമാനവും മന്ഥരയുടെ ഇടംകോലിടലും ഒക്കെയാണ് ഈ അദ്ധ്യായത്തിലെ പ്രതിപാദ്യം.)

ദശരഥനും പരിവാരങ്ങളും മിഥിലാപുരിയിൽ എത്തിച്ചേർന്നു. ജനകൻ അവരെ വേണ്ട വിധം സ്വീകരിച്ചാനയിച്ചു. കുശലപ്രശ്നങ്ങൾക്കു ശേഷം, വിവാഹ ചടങ്ങിനു മുന്നോടിയായി ജനകൻ സ്വന്തം വംശത്തെക്കുറിച്ചു അയോധ്യാപതിയുടെയും പരിവാരങ്ങളുടെയും അറിവിലേക്കായി പറഞ്ഞു തുടങ്ങി.

'നിമി എന്ന പരമ ധർമ്മാത്മാവായ ഒരു രാജാവിൽ നിന്നാണ് വംശം ആരംഭിക്കുന്നത്. നിമിയുടെ പുത്രൻ മിഥി, മിഥിയുടെ പുത്രൻ ഒന്നാം ജനകൻ അങ്ങനെ തുടങ്ങി സ്വർണരോമാവിന്റെ മകൻ ഹ്രസ്വരോമാവിന്റെ രണ്ടു പുത്രന്മാരിൽ മൂത്ത പുത്രനാണു ഞാൻ. എന്റെ സഹോദരൻ കുശധ്വജൻ. അച്ഛന്റെ മരണശേഷം രാജ്യഭാരവും അനുജൻ കുശധ്വജന്റെ പരിപാലനവും എന്നിലായി. എന്നാൽ, കാലം കുറേ ചെന്നപ്പോൾ സുധന്വാൻ എന്ന രാജാവ് സാങ്കാശ്യപുരത്തു നിന്നു

മിഥിലയിൽ വന്ന്, നിമിയുടെ കാലം മുതൽ തലമുറകൾ കൈമാറി, പവിത്രമായി കാത്തു സൂക്ഷിക്കുന്ന, ദേവകൾ ന്യാസമായി

ഏൽപ്പിച്ച ശൈവചാപം അവനു നൽകണമെന്നും, സീതയെ അവനു വിവാഹം ചെയ്യണമെന്നും ആവശ്യപ്പെട്ടു. അതു വിസമ്മതിച്ചപ്പോൾ അയാൾ മിഥില ആക്രമിച്ചു. യുദ്ധത്തിൽ ഞാൻ അവനെ വധിച്ചു, ആ രാജ്യത്ത് കുശധ്വജനെ രാജാവായി വാഴിച്ചു. ഇപ്പോൾ വിശ്വാമിത്ര മഹർഷിക്കൊപ്പം മിഥിലാപുരിയിലെത്തിയ രാമൻ ശൈവ ചാപം എടുത്തുയർത്തുകയെന്ന അത്ഭുത കൃത്യം ഏവർക്കും മുൻപാകെ പ്രവർത്തിച്ചിരിക്കുന്നു. അതിനാൽ വീര്യശുൽക്കയായി സീതയെ രാമനു നൽകുവാൻ ആഗ്രഹിക്കുന്നു. ഒപ്പം ഊർമിളയെ ലക്ഷ്മണനും നൽകുവാൻ ആഗ്രഹിക്കുന്നു.'

ഇതു കേട്ട്, ദശരഥൻ വളരെ സന്തോഷത്തോടെ വിവാഹത്തിനു സമ്മതം നൽകുന്നു. ഈ സമയം വിശ്വാമിത്രൻ വസിഷ്ഠ മുനിയുടെ അനുവാദത്തോടെ, ഭരത ശത്രുഘ്നന്മാർക്കായി കുശധ്വജപുത്രിമാരായ മാണ്ഡവിയെയും ശ്രുതകീർത്തിയെയും നൽകുക എന്നറിയിച്ചു.

ഏവർക്കും അതു സമ്മതമായി. തുടർന്നു വിവാഹത്തിനു മുന്നോടിയായി ദശരഥൻ ദാനധർമങ്ങൾക്കായി സ്വന്തം കൂടാരത്തിലേക്കു മടങ്ങി. അന്നോളം ആരും കണ്ടിട്ടില്ലാത്ത വിധം കൊമ്പിൽ സ്വർണം കെട്ടിയ നാലു ലക്ഷം പശുക്കളെ, അവയെ കറക്കുവാനുള്ള പാത്രങ്ങളോടു കൂടി ബ്രാഹ്മണർക്കു ദാനം ചെയ്തു. ആ മഹത് കർമ്മത്തിനു ശേഷം, വിവാഹത്തിന് ഏറെ അനുയോജ്യമായ ഉത്രം നാളിൽ വിവാഹം നടത്തുവാനുള്ള ഒരുക്കങ്ങൾ ആരംഭിച്ചു.

ഈ സമയം കേകയ രാജ്യത്തു നിന്നും അയോധ്യയിലെത്തിയ കൈകേയിയുടെ സഹോദരൻ യുധാജിത് അനന്തരവന്റെ വിവാഹ വാർത്തയറിഞ്ഞ് മിഥിലയിൽ എത്തിച്ചേർന്നു. ഏവർക്കും ഏറെ സന്തോഷമായി. അങ്ങനെ സീതാ കല്യാണമായി. ഉത്രം നാളിൽ ഒരുക്കങ്ങൾ പൂർത്തിയായതോടെ നാലു കന്യകമാരുടെയും കന്യാദാനം വിധിപ്രകാരം നടന്നു. തുടർന്ന് വധൂവരന്മാർ അയോധ്യയിലേക്കു യാത്ര പുറപ്പെട്ടു.

കന്യാധനമായി വളരെയധികം രത്നങ്ങളും അമൂല്യ വസ്തുക്കളും നൽകി, യാത്രയയച്ച ശേഷം ജനകൻ കൊട്ടാരത്തിലേക്കു മടങ്ങി. ആനന്ദത്തോടെ ആരംഭിച്ച മടക്കയാത്രയിൽ പൊടുന്നനെ

ചില അപശകുനങ്ങൾ കണ്ടു. ദശരഥൻ പരിഭ്രമിച്ചു. എന്നാൽ വസിഷ്ഠൻ ഭയക്കേണ്ടതില്ലെന്ന് ഉപദേശിച്ചു. പൊടുന്നനെ, കാടും പടലും ഒടിഞ്ഞമരുന്ന ശബ്ദവും പൊടിക്കാറ്റും കൊണ്ടു ഭൂമി വിറച്ചു. വൈകാതെ പരശുരാമൻ അവർക്കു മുന്നിൽ പ്രത്യക്ഷനായി. കോപത്തോടെ പാഞ്ഞു വന്ന പരശുരാമനെ ശാന്തനാകൂ എന്ന പ്രാർത്ഥനയോടെ വിവാഹ സംഘം സ്വീകരിച്ചു. ഒട്ടൊന്നടങ്ങിയെങ്കിലും തന്റെ ഗുരുവായ പരമശിവൻ നൽകിയ വില്ല് ഒടിച്ച രാമനെ വൈഷ്ണവ ചാപം എടുത്തു കുലയ്ക്കുവാൻ പരശുരാമൻ വെല്ലുവിളിച്ചു. ഇതൊക്കെ കണ്ടു ദശരഥൻ, രാമൻ കുട്ടിയാണെന്നും കരുണ വേണമെന്നും പറഞ്ഞു വിലപിച്ചു. എന്നാൽ ഭാർഗവരാമൻ അതു കേൾക്കാൻ കൂട്ടാക്കിയില്ല. ഒടുവിൽ രാമൻ, പരശുരാമൻ നീട്ടിയ വില്ലു വാങ്ങി കുലച്ചു. അസ്ത്രം തൊടുത്ത ശേഷം പറഞ്ഞു, 'ഞാൻ അസ്ത്രം തൊടുത്തു കഴിഞ്ഞു. ഒന്നുകിൽ അങ്ങ്, അല്ലെങ്കിൽ അങ്ങ് തപഃശക്തിയിൽ നേടിയ ലോകങ്ങൾ ഇവയിലേതെങ്കിലും ഒന്നു ഹനിക്കാതെ അസ്ത്രങ്ങൾ തിരിച്ചു വരില്ല. ഏതു വേണമെന്ന് അങ്ങ് തീരുമാനിക്കുക.'

മനുഷ്യരാൽ ഒന്നു തൊടുവാൻ പോലും സാധ്യമല്ലാത്ത വൈഷ്ണവ ചാപം എടുത്തു കുലച്ച രാമൻ നിസാരക്കാരനല്ല എന്നും അതു വിഷ്ണു തന്നെയെന്നും തിരിച്ചറിഞ്ഞ ഭാർഗവരാമൻ താൻ തപശക്തി കൊണ്ടു നേടിയ ലോകങ്ങൾ ഹനിക്കുവാൻ അനുവദിച്ച് ഏവരേയും അനുഗ്രഹിച്ച് അവിടെ നിന്നും നിഷ്ക്രമിച്ചു. ഭീതി ഒഴിഞ്ഞ് ഏവരും ആനന്ദത്തോടെ അയോധ്യയിലെത്തി. പുത്രവധുക്കളെ അമ്മമാർ ഉപചാരപൂർവ്വം എതിരേറ്റു.

കുറേ ദിവസങ്ങൾ പാർത്തു കഴിഞ്ഞതോടെ യുധാജിത് ഭരതനെ കേകയത്തേക്കു കൂട്ടിക്കൊണ്ടു പോകുവാൻ വന്നതാണെന്നു കണ്ട് അവർക്കു പോകുവാൻ ദശരഥൻ അനുമതി നൽകി. ഭരതനൊപ്പം ശത്രുഘ്നനും പുറപ്പെട്ടു.

ബാലകാണ്ഡം സമാപിച്ചു.

****

വാല്മീകി രാമായണം

അയോധ്യാകാണ്ഡം

ഭരത ശത്രുഘ്നന്മാർ മാതുല ഗൃഹത്തിലേക്കു പോയി. അയോധ്യയിൽ സാധാരണ പോലെ ഏവരും ആനന്ദത്തോടെ ജീവിച്ചു വന്നു. എന്നാൽ ദശരഥന്റെ മനസിൽ ചില അപശകുനങ്ങൾ വന്നു തുടങ്ങി. എന്തോ ആപത്തു വരുന്നുവെന്നും മറ്റും അദ്ദേഹത്തിനു ചിന്ത തുടങ്ങി. രാമനെ ഏവർക്കും പ്രിയമാണ്. രാമനാണു ദശരഥന്റെ പ്രാണനും.

അദ്ദേഹത്തിനു പെട്ടെന്നു തന്നെ രാമന്റെ അഭിഷേകം നടത്തണമെന്ന ആഗ്രഹമുദിച്ചു. നിലവിൽ ഭരതൻ അയോധ്യയിൽ ഇല്ല എന്നതും അദ്ദേഹം കണക്കിലെടുത്തു. അടുത്ത ദിവസം തന്നെ സഭ വിളിച്ചു കൂട്ടി. സാമന്ത രാജക്കന്മാരും സഭയിൽ പങ്കെടുത്തു. എന്നാൽ കേകയ രാജ്യത്തേക്കും മിഥിലാ പുരിയിലേക്കും സന്ദേശം പോയില്ല. എല്ലാം മംഗളമായി അവസാനിച്ച ശേഷം അവിടെ അറിയിക്കാം എന്ന നിലപാടായിരുന്നു ദശരഥന്. വന്നു ചേർന്നവർക്കെല്ലാം യുവരാജാവായി രാമനെ അഭിഷേകം ചെയ്യാൻ സമ്മതം മാത്രം. അതിനായി ഒരു ദിവസം പോലും കൂടുതൽ കാത്തു നിൽക്കാൻ ദശരഥൻ തയാറായില്ല. പിറ്റേന്നു പൂയം നക്ഷത്രത്തിൽ തന്നെ അഭിഷേകമെന്നു നിശ്ചയമായി. ഒരുക്കങ്ങൾ ആരംഭിക്കുവാൻ ഏവരോടും ആജ്ഞാപിച്ചു. പിന്നെ രാമനെ വരുത്തി ശുഭകാര്യം അറിയിച്ചു. രാമൻ അമ്മയുടെ അന്തഃപുരത്തിൽ ചെന്നു അമ്മ കൗസല്യയോടും സീതയോടും ലക്ഷ്മണനോടും സദ് വാർത്ത പറഞ്ഞു.

പിന്നീട് അച്ഛന്റെയും ഗുരുവിന്റെയും നിർദേശത്തിൽ സീതയോടൊപ്പം ഉപവാസത്തിൽ പ്രവേശിച്ചു. രാജ്യമെങ്ങും സന്നാഹങ്ങൾ ഒരുങ്ങി. ഈ സമയം ഭരത മാതാവ് കൈകേയിയുടെ ദാസി, കൂനിയായ മന്ഥര അയോധ്യയുടെ തെരുവുകളിലെ അസാധാരണമായ തിരക്കും ഒരുക്കവും കണ്ട് കാര്യമെന്തെന്ന് അന്വേഷിച്ചു. രാമാഭിഷേകത്തെക്കുറിച്ചു കേട്ട അവൾ ക്രുദ്ധയായി കൈകേയിയുടെ സമീപത്തേക്കോടി. കൈകേയിയോടു വിവരം പറഞ്ഞു. ആ വാർത്ത കേട്ട കൈകേയി സന്തോഷത്തോടെ തന്റെ കഴുത്തിൽ കിടന്ന വിലയേറിയ ഹാരം മന്ഥരയ്ക്ക് ഉപഹാരമായി നൽകി. എന്നാൽ

അവളതു തട്ടിത്തെറിപ്പിച്ചു. പിന്നെ കൈകേയിയെ ഉപദേശിച്ചു. മണ്ടത്തരമാണ് നീ കാണിക്കുന്നത്. രാമൻ യുവരാജാവായാൽ നിനക്കു ദോഷം വരും. ഒരു കാരണവശാലും അതു നടക്കരുത്. ഭരതൻ യുവരാജാവാകണം. രാമൻ വനവാസത്തിനു പോകണം. ഇതു കേട്ടു കൈകേയി, രാമൻ തനിക്കു പ്രിയപ്പെട്ടവൻ തന്നെയെന്നും രാമനു പട്ടാഭിഷേകമെന്നാൽ സ്വന്തം മകനു പട്ടാഭിഷേകമെന്ന പോലെയെന്നും പ്രതികരിച്ചു. മാത്രവുമല്ല മൂന്നമ്മമാരിൽ പെറ്റമ്മ കൗസല്യയെക്കാൾ രാമനിഷ്ടം തന്നോടാണെന്നറിയില്ലേ എന്നും കൈകേയി മന്ഥരയോടു ചോദിച്ചു. മന്ഥര അടങ്ങിയില്ല. അവളുടെ കൂർത്ത വാക്കുകൾ കൈകേയിയുടെ മനസു അല്പസമയം കൊണ്ടു വിഷമാക്കി മാറ്റി.

രാമൻ യുവരാജാവായാൽ കൗസല്യയുടെ ദാസിയായി ജീവിക്കേണ്ട ഗതി വരുമെന്നും കൗസല്യ പകരം വീട്ടുമെന്നും, ദശരഥന്റെ പ്രിയപത്നി, സപത്നി ദാസിയാകേണ്ടി വരുമെന്നും വരെ ആകുലട പറഞ്ഞുവച്ചു. അതിനാൽ പണ്ടു ദേവാസുര യുദ്ധത്തിൽ പരിക്കേറ്റു വീണ ദശരഥന്റെ ജീവൻ യുദ്ധഭൂമിയിൽ നിന്നും മാറ്റിക്കിടത്തി പരിചരിച്ചു രക്ഷിച്ചതും അതിൽ സംപ്രീതനായ ദശരഥൻ നൽകിയ രണ്ടു വരങ്ങൾ കൈകേയിക്കു നൽകിയതും പ്രയോജനപ്പെടുത്താനും നിശ്ചയിച്ചു. അങ്ങനെ ആഭരണങ്ങൾ ഉപേക്ഷിച്ച് മുടി അഴിച്ചിട്ട് കരഞ്ഞു നിലവിളിച്ച്, വെറുംനിലത്ത് അവൾ ദശരഥന്റെ വരവും കാത്തു കിടന്നു.

സാരാംശം

അഞ്ചാം ദിവസത്തിൽ വാല്മീകി, മനുഷ്യ മനസിന്റെ അനാവശ്യ തിടുക്കങ്ങളും അതുണ്ടാക്കുന്ന സംശയങ്ങളും, ഒപ്പം ചില വിഷലിപ്ത മനസുകൾ എത്ര വേഗത്തിലാണ് ഒരു വിഷയത്തെ കീഴ്മേൽ മറിക്കുന്നതെന്നും നമുക്കു കാട്ടിത്തരുന്നു. രാമായണ കഥയിൽ വലിയ മാറ്റം സംഭവിക്കുവാൻ ഭാഗമാണ് ആരണ്യകാണ്ഡത്തിന്റെ ആരംഭ സർഗങ്ങൾ. ഇവിടെ, ദശരഥന്റെ നീക്കങ്ങളിൽ ഒരു പരിഭ്രമവും അനാവശ്യ തിടുക്കവും, നല്ലതല്ലാത്ത ചിന്തകളുടെ സ്വാധീനവും പ്രകടമാണ്. ഭരതനും ശത്രുഘ്നനും അയോധ്യയിൽ ഇല്ലാത്ത സമയത്ത്, ഭരതനു മേൽ അത്ര പ്രിയമുണ്ട് എന്നു പറയുമ്പോഴും യാതൊരു കാമ്പുമില്ലാത്ത ഒരാശങ്കയും അച്ഛനായ

ദശരഥന്റെ ഉള്ളിൽ മറഞ്ഞിരിക്കുന്നതു വ്യക്തമാണ്. അതുകൊണ്ടാണ് അനർത്ഥങ്ങൾ ഞാൻ കാണുന്നു എന്നു പറഞ്ഞു കൊണ്ടു ധൃതിയിൽ സഭ വിളിച്ചു കൂട്ടുന്നതും സഭയുടെ അനുവാദത്തോടെ രാമനെ യുവരാജാവായി വാഴിക്കാമെന്നു തീരുമാനിക്കുന്നതും.

ഒപ്പം കേകയത്തേക്കു ദൂതരെ അയയ്ക്കുന്നില്ല. കൂടാതെ മിഥിലയിലേക്കും. കാരണം, പറയുന്നതാകട്ടെ ശുഭകാര്യം അവർ പിന്നീട് അറിയട്ടെ എന്നും. മനുഷ്യ മനസിന്റെ സ്വഭാവമാണ് ദശരഥനിലൂടെ പുറത്തു വരുന്നത്. അനാവശ്യ ഭയം, വ്യക്തികളെ സംശയിക്കൽ ഇവയൊക്കെയല്ലേ ഇന്നും പ്രശ്നങ്ങൾക്കു മൂലാധാരം? അടുത്തത് ഏറെ ചർച്ച ചെയ്തിട്ടുള്ള കൈകേയിയുടേയും മന്ഥരയുടേയും സ്വഭാവസവിശേഷതകൾ. ഇവിടെ കൈകേയിയുടെ മനസിലേക്കു വിഷം കയറ്റി വിടുന്ന മന്ഥരയ്ക്കു യഥാർത്ഥത്തിൽ ഭരതനോടുമില്ല പ്രതിപത്തി. അവൾ കാണാനാഗ്രഹിക്കുന്നത് ദുഷ്ചിന്ത കൊണ്ടുണ്ടാകുന്ന കലഹങ്ങളാണ്. ഇങ്ങനെയും ചിലരുണ്ട്. ഒരു കാര്യവുമില്ലാതെ മറ്റുള്ളവരുടെ ജീവിതം നരകമാക്കി തീർക്കുന്നവർ.

രാമായണ വായന ഭക്തി വളർത്തുക എന്ന ഘട്ടവും മറികടന്നു മനുഷ്യ മനസുകളെ മനസിലാക്കുവാനുള്ള ഒരു പഠന പദ്ധതി കൂടിയായി സ്വീകരിക്കാം. അന്നുമിന്നും മനുഷ്യർ വലുതായൊന്നും മാറിയിട്ടില്ലെന്നു തിരിച്ചറിയാം.

OO

അദ്ധ്യായം 6

അയോധ്യാകാണ്ഡം
11 മുതൽ 26 വരെ സർഗങ്ങൾ

(കൈകേയിയും ദശരഥനും തമ്മിലുള്ള സംഭാഷണവും, രാമന്റെ വനവാസത്തിനു മുന്നോടിയായുള്ള സംഭവങ്ങളുമാണ് ഈ അദ്ധ്യായത്തിൽ.)

രാജാഭിഷേകത്തിന്റെ ഒരുക്കങ്ങളെക്കുറിച്ചെല്ലാം മന്ത്രിമാരുമായി ആലോചിച്ച് ഉറപ്പിച്ച്, ദശരഥൻ ധൃതി പിടിച്ച് കൈകേയിയുടെ അന്ത:പുരത്തിലെത്തി. രാമനെ യുവരാജാവായി അഭിഷേകം ചെയ്യുന്നുവെന്ന വാർത്ത കൈകേയിയെ അറിയിക്കണം. മറ്റാരെക്കാളും ആ വാർത്ത കേട്ട് ആനന്ദിക്കുക തന്റെ പ്രിയപത്നി കൈകേയിയാവും. എന്നാൽ, അന്തഃപുരത്തിലേക്കു കടക്കുമ്പോൾ ഒരു അസാധാരണ മൗനം അദ്ദേഹം ശ്രദ്ധിച്ചു.

സാധാരണ കാണുന്നിടത്തൊന്നും കൈകേയിയെ കാണുന്നുമില്ല. തന്റെ എഴുന്നള്ളത്തും പ്രതീക്ഷിച്ചു നിൽക്കാറുള്ള പ്രിയപത്നിയെവിടെ എന്ന ചിന്തയിൽ ദശരഥൻ വേപഥു പൂണ്ടു. ഒടുവിൽ ദാസിമാർ കാട്ടിക്കൊടുത്തു ക്രോധാവേശയായ കൈകേയിയെ. പുഷ്പമാല്യങ്ങളില്ലാതെ, അഴിഞ്ഞ മുടിയുമായി കരഞ്ഞു തളർന്നു നിലത്തു കിടക്കുന്ന കൈകേയിയോട് ദശരഥൻ പരിഭ്രമത്തോടെ കാരണമന്വേഷിച്ചു. അവളുടെ ദുഃഖകാരണം എന്തു തന്നെയായാലും നിവർത്തിക്കാമെന്നു യാതൊരു ആലോചനയും കൂടാതെ വാക്കു കൊടുത്തു.

അതോടെ കൈകേയി എഴുന്നേറ്റിരുന്നു. കണ്ണു തുടച്ചു. പിന്നെ,

അദ്ദേഹത്തോട് പണ്ടു ദേവാസുര യുദ്ധവേളയിൽ ജീവൻ രക്ഷിച്ച പ്പോൾ തനിക്കു നൽകിയിരുന്ന ആ രണ്ടു വരങ്ങൾ ഇപ്പോൾ ആവ ശ്യമുണ്ടെന്നും അത് അനുവദിച്ചു തരണമെന്നും അപേക്ഷിച്ചു. കൈ കേയി എന്ന പ്രിയ പത്നിയുടെ അപേക്ഷ ആ നിമിഷം മഹാരാ ജാവ് അംഗീകരിച്ചു. വരങ്ങൾ എന്തു തന്നെ ആയാലും അതു നൽ കാമെന്നു സമ്മതിച്ചു. അവൾ ആവശ്യപ്പെട്ട ഒന്നാം വരം ഭരതനെ യുവരാജാവായി വാഴിക്കണം എന്നതും.

രണ്ടാമത്തേത് രാമൻ മരവുരി ധരിച്ച് വനവാസത്തിനു പോക ണം എന്നതുമായിരുന്നു. കൈകേയിയുടെ വാക്കു കേട്ടു ദശരഥൻ ഒരു നിമിഷം ചിന്താക്രാന്തനായി. പിന്നെ സമനില വീണ്ടെടുത്തു. എന്നാൽ വീണ്ടും കേട്ടതു വിശ്വസിക്കാനാകാതെ ഹാ കഷ്ടം! എന്നു പറഞ്ഞു ബോധം നശിച്ചവനായി. കൈകേയി പരുഷവാ ക്കുകൾ ഉരുവിട്ട് അടുത്തു തന്നെ തുടർന്നു. ഏറെ നേരം കഴിഞ്ഞ് ക്രുദ്ധനായി അദ്ദേഹം കൈകേയിയോടു രാമൻ അവളുടെ പ്രിയ പുത്രനല്ലേ എന്നിട്ടും എന്തുകൊണ്ടാണിങ്ങനെ പെരുമാറുന്നത് എന്നും, ഈ വരങ്ങൾ നൽകാനാവില്ലെന്നും പറഞ്ഞു. എന്നാൽ കൈകേയി ഒരൽപ്പം പോലും കനിവു കാട്ടാതെ, തന്റെ ആവശ്യ ങ്ങളിൽ നിന്നും പിന്നോട്ടില്ല എന്നറിയിച്ചു. മാത്രവുമല്ല വാക്കു പാലിക്കാഞ്ഞാൽ ലോകം ദശരഥനെ അവഹേളിക്കുമെന്നും, താൻ ദശരഥനു മുന്നിൽ ജീവത്യാഗം ചെയ്യുമെന്നും അറിയിച്ചു. ഭാര്യ ക്കു നൽകിയ വാക്കു പാലിക്കാത്ത മഹാരാജാവു ലോകരുടെ മുന്നിൽ നിന്ദ്യനാകുമെന്നും പറഞ്ഞു ഭർത്താവിനെ അവൾ ക്രൂര വാക്കുക്കളാൽ ദണ്ഡിച്ചു.

ദശരഥൻ തീരുമാനമെടുക്കാനാകാതെ കുഴങ്ങി. എത്ര കരഞ്ഞി ട്ടും ദശരഥനോടവൾ ഒരു തരിമ്പും കരുണ കാട്ടിയതുമില്ല. ഒരു പോള കണ്ണടയ്ക്കാതെ ദശരഥൻ ആ രാവു താണ്ടി. അന്തഃപുര നാടകങ്ങളറിയാതെ അയോധ്യ അഭിഷേകത്തിനൊരുങ്ങി. പ്രഭാത ത്തിൽ സുമന്ത്രരെ വിളിച്ചു വരുത്തി വേഗം രാമനെ തന്റെ അടു ത്തേക്കു കൊണ്ടുവരുവാൻ ദശരഥൻ ആവശ്യപ്പെട്ടു. എന്തു കൊ ണ്ടാവും തിടുക്കപ്പെട്ട് അച്ഛൻ വിളിച്ചു വരുത്തുന്നതെന്നു ചിന്തിച്ച് രാമൻ, സീതയോടു വിട കൊണ്ടു സുമന്ത്രർക്കൊപ്പം യാത്രയായി. രാമൻ പുറപ്പെട്ടതു കണ്ടു ജനങ്ങൾ ആ സൂര്യതേജസ്വിയെ കണ്ടു

ഇതിൽപ്പരമെന്താനന്ദമെന്നു ചിന്തിച്ചാഹ്ലാദിച്ചു. അന്തഃപുരത്തിലെത്തിയ രാമൻ അവിടം പതിവില്ലാത്ത വിധം ശോകമൂകമായതു കണ്ടു ചിന്താധീനനായി. ശോകത്തോടെ കട്ടിലിൽ ശയിക്കുന്ന അച്ഛനേയും വ്യത്യസ്ത ഭാവത്തോടെയുള്ള കൈകേയിയമ്മയെയും കണ്ടു രാമൻ സംഭവിച്ചതെന്താണെന്നു ചോദിച്ചു. ദശരഥന് മിണ്ടാനാകുമായിരുന്നില്ല. തകർന്നു പോയ ആ പിതാവ് കണ്ണീരൊഴുക്കി വാക്കുകൾ കിട്ടാതെ ഹൃദയം നൊന്തു കിടന്നു. ഈ സമയം യാതൊരു കൂസലും കൂടാതെ കൈകേയി നടന്ന സംഗതികൾ വിവരിച്ചു. കൂടാതെ അച്ഛന്റെ വാക്കു പാലിക്കുവാൻ താമസംവിനാ കാട്ടിലേക്കു പോകൂ രാമാ എന്നാവശ്യപ്പെട്ടു. കൈകേയിയുടെ വാക്കുകൾ രാമൻ അക്ഷോഭ്യനായി കേട്ടു നിന്നു. പിന്നെ പറഞ്ഞു, ഒരിക്കലും അച്ഛൻ തന്ന വാക്കു പാലിക്കപ്പെടാതിരിക്കില്ല. ഞാൻ ഇന്നുതന്നെ ദണ്ഡകാരണ്യത്തിലേക്കു യാത്ര തിരിക്കാം. ഭരതനെ കൂട്ടിക്കൊണ്ടുവരുവാൻ ആളു പോകട്ടെ. ഇതു കേട്ട് കൈകേയി വീണ്ടും ധൃതികൂട്ടി, എത്രയും വേഗം പോകൂ രാമാ എന്നാണ് കൈകേയി പറഞ്ഞുകൊണ്ടിരുന്നത്. അതു കേട്ടു ദശരഥനു വീണ്ടും ബോധം നഷ്ടമായി.

അച്ഛനെയും കൈകേയിയെയും വലം വച്ച്, അമ്മയോടും സീതയോടും വിവരം പറഞ്ഞ ശേഷം ഇപ്പോൾ തന്നെ വനവാസത്തിനു പോവുകയാണ് എന്നു പറഞ്ഞുരാമൻ പുറത്തേക്കിറങ്ങി. എല്ലാം കണ്ട് ക്രുദ്ധനായ ലക്ഷ്മണൻ രാമനെ പിന്തുടർന്നു. രാമലക്ഷ്മണന്മാർ കൗസല്യാമ്മയുടെ സമീപമെത്തി. അഭിഷേകത്തിനു തയാറായി വന്ന മകനെ ആശീർവദിക്കുവാൻ വന്ന ആ അമ്മ, മകൻ വനവാസത്തിനു പോവുകയാണെന്ന വാർത്ത കേട്ടു ബോധരഹിതയായി. അതു കണ്ടു രാമൻ അമ്മയെ വേഗം താങ്ങിയെടുത്തു. താനും രാമനോടൊത്തു കാട്ടിലേക്കു വരുന്നുവെന്നു പറഞ്ഞ് അവർ കരഞ്ഞു തുടങ്ങി. ഇതു കണ്ടു ലക്ഷ്മണൻ ക്രോധത്തോടെ രാജാവ് അനീതി പ്രവർത്തിക്കുകയാണെന്നും, ഇതനുവദിക്കില്ലെന്നും രാമൻ എവിടേക്കും പോകേണ്ടതില്ലെന്നും പറഞ്ഞു. എന്നാൽ രാമൻ രണ്ടുപേരെയും ആശ്വസിപ്പിച്ചു. കൈകേയിയുടെ മന്ദിരത്തിൽ അച്ഛന് ഇനി സന്തോഷത്തോടെ കഴിയില്ലെന്നും ആയതിനാൽ വൃദ്ധനായ അച്ഛനെ പരിപാലിക്കേണ്ടത് അമ്മയും

സുമിത്രാമ്മയും ചേർന്നാണെന്നും, ആയതിനാൽ വനത്തിലേക്ക് താൻ ഒറ്റയ്ക്കു പോവുന്നതാണു ശരിയെന്നും അമ്മ അന്തപുരത്തിൽ കഴിയുകയാണു വേണ്ടതെന്നും രാമൻ അവരോടു പറഞ്ഞു. ആദ്യ മതൊന്നും കേൾക്കാനവർ കൂട്ടാക്കിയില്ല. ഒടുവിൽ ഏറെപ്പണിപ്പെട്ട് അമ്മയെ മകൻ ഒരു വിധം സമാധാനിപ്പിച്ചു.

മകന്റെ വനയാത്രയ്ക്കു മുൻപായി രാജമാതാവ് ബ്രാഹ്മണർക്ക് ഇഷ്ടമുള്ള വസ്തുക്കൾ ദക്ഷിണ നൽകി. പുത്രനെ കാത്തുരക്ഷിക്കുവാൻ ഈശ്വരന്മാരോടു പ്രാർത്ഥിച്ചു. പിന്നെ പുത്ര ശിരസ്സിൽ പ്രസാദം തൂകി. വിശല്യകരണിയായ ഔഷധം രക്ഷയായി ബന്ധിച്ചു മന്ത്രജപം നടത്തി. എന്നിട്ട്, സന്തുഷ്ടയെന്ന ഭാവത്തിൽ കണ്ണീർ തുടച്ച്, വനവാസകാലം കഴിഞ്ഞു നീ മടങ്ങി വന്നു അയോധ്യാപതിയാവുക എന്നനുഗ്രഹിച്ചു. അമ്മയെ ആലിംഗനം ചെയ്ത്, തൊഴുതു വലം വച്ചു രാമൻ സീതാനിലയത്തിലേക്കു യാത്രയായി.

സാരാംശം

ഇന്നത്തെ കഥപറച്ചിലിൽ ഒരു മുഹൂർത്തവും ഒരു വ്യക്തിയെയും മുന്നിട്ടു നിൽക്കുന്നു. അത് രാമനാണ്. രാജ്യഭാരമേൽക്കുവാൻ തയാറായി അച്ഛനു മുന്നിലെത്തുമ്പോൾ രാജ്യവും നഷ്ടമാകുന്നു, വനവാസവും വേണ്ടിവരുന്നു. ആ നിമിഷം രാമൻ ഒരല്പം പോലും അധീരനാകുന്നില്ല. മാത്രവുമല്ല തന്റെ വനയാത്രയെക്കുറിച്ചറിഞ്ഞു തളർന്ന അമ്മയെയും, അനീതിക്കു നേരെ ക്രുദ്ധനാകുന്ന ലക്ഷ്മണനെയും സമാധാനിപ്പിക്കുന്നു. ഒപ്പം അച്ഛന്റെ പുത്രസ്നേഹത്തെ ഒരു തരിമ്പും സംശയിക്കുന്നുമില്ല. ഒരു സാധാരണ മനുഷ്യന് അപ്രാപ്യമായ വിധത്തിലാണ് രാമൻ ഓരോ സന്ദർഭവും നേരിടുന്നത്. അതിനാലാണ് രാമകഥ നൂറ്റാണ്ടുകളും കടന്ന് ഇന്നും ജനഹൃദയത്തിൽ സ്പന്ദിക്കുന്നത്.

OO

അദ്ധ്യായം 7

അയോധ്യാകാണ്ഡം
27 മുതൽ 43 സർഗം വരെ

(രാമലക്ഷ്മണന്മാരും സീതയും വനത്തിലേക്കു പുറപ്പെടുന്നതാണ് ഈ അദ്ധ്യായത്തിലെ പ്രതിപാദ്യം.)

അച്ഛനെ കാണാൻ പോയ ഭർത്താവിനെയും കാത്തു നിന്ന സീതയുടെ അരികിലേക്കു രാമനെത്തി. ആ മുഖത്തെ ഭാവമാറ്റം കണ്ട സീത ചോദിച്ചു, എന്തു പറ്റി അങ്ങേയ്ക്ക്? മുഖം വാടിയിരിക്കുന്നു. അഭിഷേകം നടക്കുന്നതിന്റെ യാതൊരു സന്തോഷവും ഇപ്പോഴാ കണ്ണുകളിൽ കാണാനാകുന്നില്ല. എന്തോ അനർത്ഥം സംഭവിച്ചിരിക്കുന്നു പറയൂ, എന്താണ് അച്ഛൻ പറഞ്ഞത്? രാമൻ കാര്യങ്ങൾ വിശദീകരിച്ചു. കൈകേയിയുടെ ആവശ്യവും, അച്ഛൻ പണ്ടു നൽകിയ വരവും ഒക്കെ വിശദമായി പറഞ്ഞു.

'അച്ഛന്റെ വാക്ക് വെറും വാക്കാകുവാൻ പാടില്ല. അതിൻ പ്രകാരം പ്രിയേ താനിന്നു തന്നെ ദണ്ഡകാരണ്യത്തിലേക്കു യാത്രയാവുകയാണ്. പതിനാലു വർഷം വനവാസമാണ് എനിക്കു വിധിച്ചിരിക്കുന്നത്. നീ തളർന്നു പോകരുത്. ഭരതൻ യുവരാജാവാകും. എന്റെ അഭാവത്തിൽ ഭരതനു മുന്നിൽ വച്ച് എന്റെ ഹിതം പറയരുത്. അച്ഛനോടും അമ്മ കൗസല്യയോടും സ്നേഹത്തോടെ പെരുമാറണം. ഭരത ശത്രുഘ്നനന്മാരെ സോദരന്മാരെപ്പോലെയും പുത്രന്മാരെപ്പോലെയും കാണണം. ഭരതന് അപ്രിയം പ്രവർത്തിക്കരുത്.'

ഇതൊക്കെ കേട്ടു സീത പറഞ്ഞു, 'സ്ത്രീകൾക്കു ഭർത്താവാണ് എല്ലാം. അങ്ങു വനത്തിലേക്കു പോവുകയാണെങ്കിൽ

ഞാനും വരികയാണ് ഒപ്പം. ഭർത്താവിനൊപ്പമെങ്കിൽ നരകവും സ്വർഗമാണ്. ഇനി ഭർത്താവ് കൂടെ ഇല്ലെങ്കിൽ സ്വർഗവും നരക സമാനമാകും. അതിനാൽ അങ്ങയോടൊപ്പം പോരാൻ എന്നെയും അനുവദിക്കുക.

ഇതു കേട്ടു രാമൻ, വനവാസമെന്നാൽ ഒട്ടും എളുപ്പമുള്ള സംഗതിയല്ല എന്നു പറഞ്ഞു സീതയെ പിന്തിരിപ്പിക്കുവാൻ ശ്രമിച്ചു. സ്വയം ശേഖരിക്കുന്ന പൂക്കൾ കൊണ്ടു വേണം പൂജകൾ ചെയ്യുവാൻ. ആഹാരം കിട്ടുവാൻ പ്രയാസം. പാമ്പുകളും, ക്ഷുദ്രജീവികളും, വന്യമൃഗങ്ങളും നിറഞ്ഞ കാട്ടിൽ കഷ്ടത നേരിടേണ്ടി വരും. അതിനാൽ നീ ഇവിടെ തുടരുക. എന്നാൽ രാമന്റെ ആ വാക്കുകൾക്കു സീതയെ സമാധാനിപ്പിക്കുവാനായില്ല. സീത, കരഞ്ഞുകൊണ്ട് പറഞ്ഞു, അങ്ങു വേർപിരിഞ്ഞാൽ സീത പ്രാണൻ വെടിയും. അല്ലെങ്കിൽ അങ്ങയോടൊപ്പം ഞാനും വരും. അതിനനുവദിക്കുക. ഒടുവിൽ ഒന്നിനു മുന്നിലും സീത അഭിപ്രായം മാറ്റില്ലെന്നു കണ്ടു രാമൻ സീതയെ ഒപ്പം പോരാൻ അനുവദിച്ചു. ഇതു കണ്ട ലക്ഷ്മണൻ, പൊടുന്നനെ രാമപാദത്തിൽ വീണു താനും ഒപ്പം വരികയാണെന്നും തടയരുതെന്നും കേണു. രാമൻ ലക്ഷ്മണനോട് തന്റെ അഭാവത്തിൽ കൗസല്യാമ്മയും സുമിത്രാമ്മയും തനിച്ചാകും. മറ്റാരുണ്ടവർക്ക് എന്നും ചോദിച്ചു. അതിനാൽ ലക്ഷ്മണൻ അവർക്കു താങ്ങായി നാട്ടിൽ തുടരേണ്ടതുണ്ടെന്നറിയിച്ചു. എന്നാൽ, ലക്ഷ്മണൻ കൂട്ടാക്കിയില്ല. ഒടുവിൽ ലക്ഷ്മണനും കാട്ടിൽ തന്നോടൊപ്പം പോരുവാൻ രാമൻ അനുവാദം നൽകി. പിന്നെ യാത്രയ്ക്കു മുൻപായി ദാനധർമ്മങ്ങൾ നടത്തുവാൻ സീതയോടും ലക്ഷ്മണനോടും പറഞ്ഞു. സീത തന്റെ ആഭരണങ്ങളപ്പാടെയും സുയജ്ഞൻ എന്ന വിപ്രനു, അയാളുടെ ഭാര്യയ്ക്ക് അണിയുവാൻ നൽകി. രാമനും ലക്ഷ്മണനും സ്വർണ്ണവും ഗോക്കളും ദാനമായി നൽകി.

പിന്നീട്, സീതാസമേതം രാമലക്ഷ്മണന്മാർ അച്ഛനെ കാണുവാൻ പുറപ്പെട്ടു. രാമന്റെ വനയാത്രാ വാർത്തയറിഞ്ഞ ജനങ്ങൾ ദുഃഖാർത്തരായി മാളികമുകളിലും പാതയോരങ്ങളിലും തിങ്ങിനിറഞ്ഞു. ചിലർ പറഞ്ഞു, 'രാമനില്ലാത്ത അയോധ്യയാണ് ആരണ്യകം. നമുക്കു രാമനെ പിന്തുടരാം.' ജനങ്ങളുടെ ഇത്തരം വാക്കുകൾ കേട്ടിട്ടും, കേൾക്കാത്ത മട്ടിൽ രാമൻ നടന്നു. താൻ വന്നിരി

ക്കുന്നതായി പിതാവിനെ അറിയിക്കുവാൻ ആവശ്യപ്പെട്ടു. അവിടെ രാഹു ഗ്രസിച്ച സൂര്യനെപ്പോലെ, ചാരം മൂടിയ കനൽ പോലെ, നീർ വറ്റിയ പൊയ്ക പോലെ ദശരഥൻ കിടക്കുന്നു. അദ്ദേഹത്തോട് രാമൻ, അനുവാദത്തിനായി കാത്തു നിൽക്കുന്നുവെന്നറിയിച്ചു.

രാജാവ് പറഞ്ഞു, 'സുമന്ത്രരേ, എന്റെ മുന്നൂറ്റി അമ്പതു ഭാര്യമാരെയും ഇവിടേക്കു വിളിക്കുക എല്ലാ ഭാര്യമാരുമൊരുമിച്ചു രാമനെക്കാണുവാൻ ഞാൻ ആഗ്രഹിക്കുന്നു.' ധന്യ വ്രതകളായ എല്ലാ ഭാര്യമാരും കരഞ്ഞു കലങ്ങിയ കണ്ണുമായി എത്തിച്ചേർന്നു. എല്ലാവരും എത്തിയതോടെ രാമനു അകത്തേക്കു വരുവാൻ അനുമതി നൽകി. രാമൻ, സീതയോടും ലക്ഷ്മണനോടുമൊപ്പം കാട്ടിലേക്കു പോവുകയാണെന്നു ദശരഥനെ അറിയിച്ചു. അതു കേട്ട്, ആർത്തു കരഞ്ഞ ദശരഥൻ, രാമനോട് തന്നെ കൊന്നിട്ടോ തുറുങ്കിലടച്ചിട്ടോ രാജ്യഭാരം ഏൽക്കുവാൻ ആവശ്യപ്പെട്ടു. എന്നാൽ രാമൻ തെല്ലും കുലുങ്ങിയില്ല. അച്ഛന്റെ വാക്കു പാലിക്കാതിരിക്കില്ല എന്നു നിശ്ചയിച്ച രാമനെ പിന്തിരിപ്പിക്കാൻ ഒന്നിനുമായില്ല.

ഇത്രയുമായപ്പോൾ തേരാളി സുമന്ത്രർ, ഇതിനൊക്കെ കാരണക്കാരിയായ കൈകേയിയോടു പൊട്ടിത്തെറിച്ചു. നീ തള്ളയ്ക്കൊത്ത പിള്ള തന്നെയെന്നാണ് സുമന്ത്രർ പറഞ്ഞത്. കാരണം, കൈകേയിയുടെ അമ്മയും ദുർവാശിക്കാരി ആയിരുന്നുവത്രേ. ആ കഥ സുമന്ത്രർ ഏവരും കേൾക്കേ വിശദീകരിച്ചു. പണ്ട് കേകയ രാജാവിന് ഒരു വരദനായ ഒരാൾ സർവ്വപ്രാണികളുടെയും ഭാഷ പറഞ്ഞു കൊടുത്തു. ഒരിക്കൽ രണ്ടു കിളികൾ തമ്മിൽ സംസാരിക്കുന്നതു കേട്ട് അദ്ദേഹം പൊട്ടിച്ചിരിച്ചു. കൈകേയിയുടെ അമ്മ, ആ ചിരിയുടെ കാരണമറിയാൻ വാശി പിടിച്ചു. അപ്പോൾ രാജാവു പറഞ്ഞു, ആ രഹസ്യം പറഞ്ഞാൽ ഞാൻ മരിക്കും ഈ നിമിഷം. അതു കൊണ്ടു നീ വാശി പിടിക്കരുത്. എന്നാൽ പത്നി അതു കേട്ടു തെല്ലും കുലുങ്ങാതെ കാരണം പറയണമെന്ന് വീണ്ടും വാശി പിടിച്ചു. എന്നാൽ അദ്ദേഹം അവളുടെ വാക്കുകൾ പരിഗണിച്ചതേ ഇല്ല. അതിനാൽ അദ്ദേഹം നീണ്ട നാൾ ഭരണത്തിൽ തുടരുന്നു. ആ അമ്മയുടെ മകളാണ് കൈകേയി.

അതിനാൽ വീണ്ടുവിചാരമില്ലാത്ത വാശിക്കാരിയായ കൈകേ

യിയുടെ വാക്കുകൾ തള്ളിക്കളഞ്ഞ്, രാമൻ യുവരാജാവാകണം. എന്നാലതൊന്നും കൈകേയിയെ ഒട്ടുമേ ബാധിച്ചില്ല. അവൾ പണ്ടു സഗരൻ, കുഞ്ഞുങ്ങളെ പുഴയിൽ എറിഞ്ഞു തള്ളിയതിന് നാടുകടത്തിയ മൂത്ത പുത്രൻ അസമഞ്ജനെപ്പോലെ രാമനെയും നാടുകടത്തുക എന്നാണ് പറഞ്ഞത്. അതുകേട്ടു സിദ്ധാർത്ഥനെന്ന വിപ്രൻ പറഞ്ഞു, നീ എന്ത് അബദ്ധമാണു പറയുന്നത്? രാമൻ എന്തു തെറ്റു ചെയ്തു? അസമഞ്ജൻ പാപിയായിരുന്നു. രാമനോ? അതു കേട്ടു ദശരഥനും കൈകേയിയോട് ഈ ആവശ്യത്തിൽ നിന്നു പിന്തിരിയാൻ അപേക്ഷിച്ചു. അവൾ തെല്ലും കുലുങ്ങിയില്ല.

ഇതൊക്കെ കേട്ടു രാമൻ പറഞ്ഞു, കാട്ടിലേക്കു പോകുമ്പോൾ പട്ടുവസ്ത്രങ്ങൾ ആവശ്യമില്ല. ഞങ്ങൾക്കു വത്കലം തരൂ എന്ന്. അതു കേട്ടതും കൈകേയി മൂവർക്കുമുള്ള വത്കലവുമായി എത്തി. രാമൻ വത്കലം ധരിച്ചു. സീത അത് എങ്ങനെ ധരിക്കണമെന്നറിയാതെ ഉഴറിയപ്പോൾ രാമൻ വസ്ത്രത്തിനു മേൽ വത്കലം ചുറ്റി നൽകി. എന്നാൽ വസിഷ്ഠൻ ഇടപെട്ട്, സീത അത് ധരിക്കേണ്ടതില്ലെന്ന് അറിയിച്ചു.

വനത്തിലേക്കു പോകാൻ തയ്യാറായ സീതയോടു കൗസല്യ അരികെ വിളിച്ച് സദുപദേശം നൽകി. സീത അതൊക്കെ പാലിച്ച്, ഭർത്താവിനൊപ്പം കഴിഞ്ഞു കൊള്ളാമെന്ന് വാക്കു നൽകി. അങ്ങനെ മൂവരും കൊട്ടാരമുപേക്ഷിച്ചു. തേരിൽ നഗരാതിർത്തി കടത്തിത്തരുവാൻ സുമന്ത്രരോട് ആവശ്യപ്പെട്ടു. രാമനു പിന്നാലെ ജനങ്ങളും കാട്ടിലേക്ക് ഇറങ്ങിത്തിരിച്ചു. രഥത്തിനു വേഗം കൂട്ടുവാൻ രാമൻ ആവശ്യപ്പെട്ടു. രാമനില്ലാത്ത അയോധ്യയിൽ വീടുകളിൽ ആരും ഭക്ഷണം വച്ചില്ല, മൃഗങ്ങൾപോലും ഭക്ഷണം സ്വീകരിച്ചില്ല. നക്ഷത്രങ്ങളുടെ തിളക്കം പോയി. ദിക്കുകളൊക്കെ അഴലിലാണ്ടു. അയോധ്യ ശോകമൂകമായി. രാമൻ പോയതോടെ കുടില ബുദ്ധിയായ കൈകേയിയുടെ മുഖമിനിയും കാണാനാകില്ലെന്നു പറഞ്ഞ ദശരഥനെ പരിചാരകർ കൗസല്യാദേവിയുടെ അന്തഃപുരത്തിലെത്തിച്ചു.

സാരാംശം

ഇത്രയും വായിച്ചവസാനിപ്പിക്കുമ്പോൾ ഒരു നോവും ചിത്ര

മായി മാറുന്നു ദശരഥൻ. കാമത്തിന്റെ ഇരയാണ് അദ്ദേഹം. ഭാര്യ മാരിൽ കൗസല്യയെ കൈകേയിയുടെ പ്രീതിക്കുവേണ്ടി അവഗണി ച്ചതും, അതുമൂലം കൗസല്യ അനുഭവിച്ച വിഷമങ്ങളെക്കുറിച്ചും ദശരഥൻ ബോധവാനാകുന്നത് ഈ ഘട്ടത്തിലാണ്. ഒരാളോടു പ്രത്യേക സ്നേഹം തോന്നുക സ്വാഭാവികം. എന്നാൽ അതിന്റെ പേരിൽ തുല്യമായി

പരിഗണിക്കേണ്ടവരോട് അന്യായം പ്രവർത്തിച്ചാൽ ഫലം രണ്ടു കൂട്ടർക്കും ദുഃഖം തന്നയാവും ഫലം. കൈകേയിയോടുള്ള അമിത സ്നേഹത്താൽ കൗസല്യയെ അവഗണിച്ചിരുന്നു ദശരഥൻ അതും സ്വയം തിരിച്ചറിയുകയാണ് ഈ ഘട്ടത്തിൽ അദ്ദേഹം. അച്ഛന്റെ വാക്കുപാലിക്കുവാൻ ഇറങ്ങിത്തിരിക്കുന്ന രാമനൊപ്പം രണ്ടു പേർ,

സീതയും ലക്ഷ്മണനും, രാമനോടുള്ള സ്നേഹമൊന്നുമാത്രം മുൻനിർത്തി വനയാത്രയ്ക്കൊരുങ്ങുന്നു. ഭർത്താവെന്നും, ജ്യേഷ്ഠ നെന്നുമുള്ള അവരുടെ ചിന്ത എത്ര മഹത്വമാണെന്നു നിസ്സംശയം പറയാം.

൦൦

അദ്ധ്യായം 8

അയോധ്യാകാണ്ഡം
44 മുതൽ 60 വരെ സർഗങ്ങൾ

(രാമൻ വനവാസത്തിലേക്കു പ്രവേശിക്കുന്നതും, ചിത്രകൂടത്തിൽ എത്തുന്നതും, ഗംഗാ തീരത്തു രാമനെ എത്തിച്ചു തിരികെ അയോധ്യയിൽ എത്തിച്ചേർന്ന സുമന്ത്രർ പറയുന്ന വൃത്താന്തം കേട്ടുള്ള അയോധ്യാവാസികളുടെ പ്രതികരണങ്ങളുമാണ് ഇത്രയും സർഗങ്ങളിൽ പ്രതിപാദ്യം.)

രാമന്റെ അഭാവത്തിൽ അയോധ്യയിൽ ജീവനോടെ പാർക്കാൻ ദശരഥൻ ആഗ്രഹിച്ചില്ല. ദശരഥൻ, രാമാ.... ലക്ഷ്മണാ ... എന്നു ദീനം വിലപിച്ചു. താപത്താൽ വെന്തുരുകുന്ന ദശരഥനോടു കൗസല്യ, രാമനെ കാട്ടിലയച്ച കൈകേയിയുടെ തന്നോടും തന്റെ മകനോടുമുള്ള ക്രൂരതകൾ എണ്ണിപ്പറഞ്ഞു കരയുവാൻ തുടങ്ങി. ഇതൊക്കെ കേട്ട് ലക്ഷ്മണ മാതാവു സുമിത്ര കൗസല്യയെ സമാധാനിപ്പിച്ചു. അവർ പറഞ്ഞു, കീർത്തിക്കു കീർത്തിയും, ക്ഷമയ്ക്കു ക്ഷമയുമാണു രാമൻ. അച്ഛൻ നൽകിയ വാക്കുപാലിക്കുവാനാണു രാമൻ അയോധ്യ ഉപേക്ഷിച്ചത്. ലക്ഷ്മണൻ പിതാവിനെ എന്നതു പോലെ രാമനെ ശുശ്രൂഷിക്കും. വനവാസം ക്ഷണത്തിൽ പൂർത്തിയാക്കി തിരികെ വന്നു രാമൻ അയോധ്യാപതിയാകും. അതു വരെക്കാത്തിരിക്കൂ എന്ന്. ആ വാക്കുകൾക്കൊന്നും കൗസല്യയെയോ ദശരഥനെയോ അധികം സമാധാനിപ്പിക്കുവാനായില്ല.

ഈ സമയം അയോധ്യാ നഗരി വിട്ടു സുമന്ത്രർ തെളിച്ച തേരു പായുകയായിരുന്നു. എന്നാൽ പൗരന്മാർ പിന്തുടരാതിരുന്നില്ല. രാമനുള്ളയിടമാണ് അയോധ്യയെന്നും രാമനില്ലാത്തിടം അടവിയെ

ന്നും പറഞ്ഞ് അവർ രഥം പോയ വഴിയേ സഞ്ചരിച്ചു.

ഒടുവിൽ തമസാ നദിക്കരയിലെത്തി. നേരം സന്ധ്യയാകുന്നതു കണ്ട്, രഥത്തിൽ നിന്നും കെട്ടഴിച്ചു കുതിരകളെ മാറ്റി, പുല്ലിട്ടുകൊടുത്തും ധാരാളം വെള്ളം കൊടുത്തും അവയുടെ ദാഹം മാറ്റുകയും ചെയ്തു സുമന്ത്രർ. അപ്പോഴേക്കും പൗരന്മാരും എത്തിച്ചേർന്നു. ആ രാത്രി അവിടെ കഴിച്ചുകൂട്ടാമെന്നായി. മരങ്ങളുടെ ഇലകളാൽതീർത്ത ശയ്യയിൽ രാമനും സീതയും വിശ്രമിച്ചു. ലക്ഷ്മണനും സുമന്ത്രരും അവർക്കു കാവലായ് നിലകൊണ്ടു. രാവു പുലരാനായി രാമൻ കാത്തു നിന്നില്ല. പൗരന്മാർ ഉണരും മുമ്പ് അവർക്ക് എത്തിപ്പിടിക്കാനാകുന്നതിലും ദൂരെ എത്തണം. അതിനായി മുന്നിൽ കണ്ട തേർ പോകുന്ന വഴിയേ കുറേ ദൂരം തേർ നടത്തി തിരികെ വരാൻ സുമന്ത്രരോടു പറഞ്ഞു. അപ്രകാരം ചെയ്തു തിരികെ വന്നു കഴിഞ്ഞപ്പോൾ തേരിലേറി, അവർ വടക്കു ദിക്കിലേക്കു യാത്രയായി.

പുലർന്നപ്പോൾ രാമനെക്കാണാഞ്ഞ് പൗരന്മാർ അലമുറയിട്ടു. ഉറങ്ങിപ്പോയത് കഷ്ടമായല്ലോ എന്നു വിലപിച്ചു. തേർ പാഞ്ഞ വഴിയിലൂടെ കുറേ ദൂരം മുന്നോട്ടു പോയെങ്കിലും യാതൊരു അടയാളവും കിട്ടാതെ, അവർ തിരികെ അയോധ്യയ്ക്കു മടങ്ങി. എന്നാൽ രാമനെക്കൂട്ടാതെ മടങ്ങിയ അവരെ എതിരേറ്റത് പുരസ്ത്രീകളുടെ വിലാപമാണ്. അയോധ്യയിലെ ശ്രീ രാജ്യം വിട്ടുപോയി. കൈകേയിയുടെ രാജ്യത്തു ഭൃത്യരെപ്പോലെ ജീവിക്കുന്നതിലും നല്ലതു മരണമാണെന്നൊക്കെ പറഞ്ഞ് അവർ വിലപിച്ചു. സൂര്യൻ അസ്തമിക്കേ അയോധ്യ നീർ വറ്റിയ നീരാഴി പോലെ സന്തോഷമറ്റതായ് തീർന്നു.

ഈ സമയം രാമൻ ബഹുദൂരം യാത്ര ചെയ്തു. പിന്നെ കോസലം പിന്നിട്ട് അവർ ഗംഗാതടത്തിലെത്തി. ഗംഗ കണ്ടു കൺകുളിർക്കേ രാമൻ അന്നവിടെ തങ്ങാം എന്നു നിശ്ചയിച്ചു. ഈ സമയം നിഷാദ രാജാവായ ഗുഹൻ, തന്റെ വൃദ്ധരും ജ്ഞാനികളുമായ മന്ത്രിമാരുമായി രാമനെ എതിരേൽക്കുവാനെത്തി. എന്തു സൗകര്യവും ഒരുക്കുവാൻ തയാറായ അവരോട് കുതിരകൾക്കു ഭക്ഷണവും, തങ്ങൾക്കു വിശ്രമിക്കുവാൻ ഇടവും മാത്രമാണു രാമൻ ആവശ്യപ്പെട്ടത്. അന്നു വെറും നിലത്തു സീതയോടൊപ്പം രാമൻ

നിദ്രയെ പുൽകി. അല്പം മാറി, സുമന്ത്രർക്കും ഗുഹനുമൊപ്പം കാവലായ് സൗമിത്രി നിലകൊണ്ടു. ഗുഹൻ എത്ര നിർബന്ധിച്ചിട്ടും ലക്ഷ്മണൻ വിശ്രമിക്കുവാൻ കൂട്ടാക്കിയില്ല.

സൂര്യോദയമായി. ഗംഗ കടക്കുവാൻ ഗുഹൻ തോണി ഏർപ്പാടു ചെയ്തു. എന്നിട്ട് സുമന്ത്രരോട് വേഗം അയോധ്യയിലേക്കു തിരികെ പോകുവാൻ ആവശ്യപ്പെട്ടു. അവിടെ ചെന്ന് ഏവരേയും ആശ്വസിപ്പിക്കുവാനും പറഞ്ഞു. രാമന്റെ നിർബന്ധത്തിനു വഴങ്ങി സുമന്ത്രർ മടങ്ങി. വനജീവിതത്തിലേക്കു കടക്കും മുമ്പ് ജടാധാരണത്തിനായി പേരാലിൻ കറകൊണ്ടുവരുവാൻ ആവശ്യപ്പെട്ടു. അതുപയോഗിച്ചു രാമലക്ഷ്മമണൻമാർ ജടാധാരികളായി. വത്കലവും ചുറ്റിയതോടെ അവർ ഋഷികളെപ്പോലെ ശോഭിച്ചു. അനന്തരം ഗംഗ തരണം ചെയ്യുവാൻ എത്തിയ തോണിയിൽ കയറി മൂവരും. ആദ്യം സീത, ഗംഗാദേവിയെ പ്രാർത്ഥിച്ചു. പതിനാലു വർഷത്തിനു ശേഷം മടങ്ങി വന്നു കഴിഞ്ഞ് വേണ്ട വിധം പ്രസാദിപ്പിക്കുമെന്നും കാനനവാസത്തിൽ സദാ കാത്തു രക്ഷിക്കണെന്നും പ്രാർത്ഥിച്ചു മൂവരേയും. മറുകരയിൽ വിട്ട്, തോണി മടങ്ങി. അന്നു മുതൽ അവർ യഥാർത്ഥ വനവാസം ആരംഭിച്ചു. ആ രാത്രി വേട്ടയാടിക്കിട്ടിയ നാലു മൃഗങ്ങളെ ഭക്ഷണമാക്കി, വലിയ വൃക്ഷത്തിന്റെ വേരു ശയ്യയാക്കി അവർ ക്ഷീണിച്ചുറങ്ങി.

നേരം പുലർന്നപ്പോൾ ഗംഗ യമുനയുമായി സന്ധിക്കുന്നിടത്തേക്കു യാത്ര ചെയ്തു. അധികം വൈകാതെ ഭരദ്വാജ ആശ്രമത്തിലെത്തി. അന്നവിടെ തങ്ങി, പിറ്റേന്ന്, മുനിയുടെ നിർദ്ദേശാനുസരണം കാളിന്ദി നദി മുറിച്ചു കടന്നു ചിത്രകൂടത്തിലേക്കു യാത്ര ചെയ്യുവാൻ നിശ്ചയിച്ചു. കാട്ടുമരങ്ങൾ കൂട്ടിക്കെട്ടി വലിയചങ്ങാടമുണ്ടാക്കി, ആറ്റുവഞ്ചിയും ഞാവൽ മരത്തിന്റെ കൊമ്പുകളും മുറിച്ചു ലക്ഷ്മണൻ സീതയ്ക്ക് ഇരിപ്പിടമൊരുക്കി. കാളിന്ദിയുടെ നടുക്കെത്തിയപ്പോൾ സീത നദിയെ വന്ദിച്ചു. ആര്യപുത്രന്റെ വ്രതം പൂർത്തിയാക്കി അയോധ്യയിലേക്കു മടങ്ങുവാൻ സഹായിക്കണമെന്നു പ്രാർത്ഥിച്ചു. മറുകര എത്തിയപ്പോൾ, അവിടെ തീരത്തു കണ്ട ശ്യാമ വടവൃക്ഷത്തെ സീത പൂജിച്ചു.

പിന്നെ രാമൻ ലക്ഷ്മണനോടു പറഞ്ഞു അനിയാ നീ സീതയുമൊത്തു മുന്നിൽ നടക്കുക. അവൾക്കു കൗതുകം തോന്നുന്ന

പൂവോ കായയോ കണ്ടാൽ അതവൾക്കു കൊടുക്കുക. ഞാൻ നിങ്ങളുടെ രക്ഷക്കായി പിന്നാലെയുണ്ട്. അങ്ങനെ മെല്ലെ നടന്നു രണ്ടുനാൾ കൊണ്ട് അവർ ചിത്രകൂടത്തിലെത്തി. അഗ്നിവർണ്ണത്തിലെ പൂക്കൾ തിങ്ങിയ പിലാശു നിറഞ്ഞ കാടും, വലിയ തേനീച്ചക്കുടുകളും, നിരവധി പക്ഷികളും നിറഞ്ഞ മനോഹരമായ കാട്. അവിടെ നിരപ്പായ ഒരിടം കണ്ടെത്തിപ്പോൾ അവിടെ ഉറപ്പുള്ള മരങ്ങൾ കൊണ്ടു പാർപ്പിടം നിർമ്മിച്ചു പുല്ലുമേഞ്ഞു. ശാലാപൂജ ചെയ്തു. അവർ മോദമാർന്നു.

ഈ സമയം സുമന്ത്രർ തിരികെ അയോധ്യയിലെത്തി. വിവരങ്ങൾ ഓരോന്നും സവിസ്തരം പറഞ്ഞു കേൾപ്പിച്ചു. അയോധ്യയിലെ വിലാപം അവസാനിച്ചില്ല. അയോധ്യ രാമനെ ഓർത്തു വേദനിച്ചു.

സാരാംശം

വനവാസത്തിനു തയാറായ രാമനൊത്തു വനത്തിലേക്കു പുറപ്പെടുവാൻ സുമിത്രാതനയനും നിശ്ചയിച്ച ഘട്ടത്തിൽ ഒരു നിമിഷാർദ്ധം പോലും സുമിത്രയിലെ മാതാവു തളരുന്നില്ല, രാമനിൽ ദശരഥനെയും സീതയിൽ സ്വന്തം അമ്മയെയും രാമനുള്ള കാട് അയോധ്യയെന്നും നിനച്ചു കൊണ്ട് രാമനെ സേവിച്ചു കൊണ്ടു ജീവിക്കുക എന്നാണ് ആ അമ്മ മകനെ ഉപദേശിക്കുന്നത്. തന്റെ മകന്റെ ജീവിത ലക്ഷ്യം രാമനിൽ കേന്ദ്രീകരിച്ചിരിക്കുന്നുവെന്നു മറ്റാർക്കും മുൻപേ ആ അമ്മ തിരിച്ചറിയുന്നുണ്ട്. അതിനാലാണ് അവർക്കു നിസ്സംശയം പറയുവാനാകുന്നത് രാമൻ പതിനാലു വർഷം കഴിഞ്ഞു

വന്ന് അയോധ്യാപതിയാകുമെന്ന്. ദശരഥൻ, കൈകേയി, കൗസല്യ, സുമിത്ര എന്നിവരിൽ രാമനിൽ യഥാർത്ഥ വിശ്വാസം സുമിത്രയ്ക്കാണെന്നു കാണാം. കൗസല്യക്കും ദശരഥനും രാമൻ മകനാണ്. കൈകേയിക്കു സ്വന്തം മകന്റെ എതിരാളിയും. ഈ ഘട്ടത്തിൽ ഏറ്റവും മനസുറപ്പോടെ എന്റെ മക്കൾക്ക് യാതൊരു അപകടവും സംഭവിക്കില്ല എന്ന നിശ്ചയം സുമിത്രയോളം മറ്റാരും കാട്ടുന്നില്ല. ഒരാൾക്കു ഈശ്വരനിലെ ഭക്തിയും ഇപ്രകാരം അചഞ്ചലെങ്കിൽ എത്ര നന്നാകുമായിരുന്നു! രാമന്റെ ജീവിതം യഥാർ

ത്ഥ വനവാസത്തിലേക്കു കടന്നിരിക്കുന്നു. രാമനിരിക്കുന്നയിടം സ്വർഗമെന്ന സീതയുടെ കണ്ടെത്തലെത്ര സത്യമാണെന്നു തോന്നും ചിത്രകൂട വർണ്ണന കണ്ടാൽ. അതിൽ അതിശയോക്തി ഇല്ല താനും. സീതയും രാമനും ലക്ഷ്മണനും മാത്രമുള്ള മറ്റൊരു അയോധ്യ ചിത്രകൂടത്തിൽ വീണ്ടും ജനിക്കുകയാണ്.

ഠഠ

അധ്യായം 9

അയോധ്യാകാണ്ഡം
61 മുതൽ 79 വരെ സർഗങ്ങൾ

(ദശരഥന്റെ ദേഹവിയോഗം, ഭരത ശത്രുഘ്നന്മാരുടെ വരവും, ഭരതവാക്യവുമാണ് ഈ അദ്ധ്യായത്തിലെ പ്രതിപാദ്യം.)

രാമനില്ലാത്ത അയോധ്യയിൽ കൗസല്യാ മാതാവിനു ജീവിതം തീർത്തും ദുഃസ്സഹമായി. ഒരിക്കലും കൈകേയിയുടെ താത്പര്യത്തിനു വിരുദ്ധമായി ദശരഥൻ ഒന്നും പ്രവർത്തിച്ചിരുന്നില്ല. അതിനാൽ പത്നിമാരിൽ മുതിർന്നവളായിട്ടും രാജാവിന്റെ യാതൊരു പരിഗണനയും കൗസല്യക്കു ലഭിച്ചിരുന്നില്ല. ഒപ്പം, സപത്നിമാരോടു വിദ്വേഷം പുലർത്തുകയും ചെയ്തിരുന്നു കൈകേയി. ഇപ്പോഴിതാ കൈകേയി കാരണം മകനെ വനവാസത്തിനയക്കേണ്ട ദുർഗതിയും വന്നു ഭവിച്ചിരിക്കുന്നു. സ്വാഭാവികമായും കൗസല്യയുടെ വിലാപം ദശരഥനെ കൂടുതൽ തളർത്തി. ദയവായി തന്നെ ഇനിയും പരുഷവാക്കുകളാൽ മുറിവേൽപ്പിക്കരുതേ എന്നു ദശരഥൻ കേണു. ദുഃഖം കൊണ്ടു കാഴ്ച മറഞ്ഞ് ദീനനായ ദശരഥൻ, കൗസല്യയോട് അദ്ദേഹത്തിന്റെ ബാല്യകാലത്തു നടന്ന ഒരു സംഭവത്തെക്കുറിച്ച് പൊടുന്നനെ ഓർമ്മയിൽ വന്നതു പറയുവാൻ തുടങ്ങി.

'ഭദ്രേ, ഒരുവൻ ചെയ്യുന്നതു നല്ലതോ ചീത്തയോ ആകട്ടെ, അതിന്റെ ഫലമാണു ലഭിക്കുക. പൂവു കണ്ടു കായയെക്കുറിച്ചു മോഹിച്ചു, മാവു വെട്ടി പ്ലാശിനു വെള്ളമൊഴിക്കുന്നതു പോലെയാണ് കർമ്മവും. ഫലത്തെക്കുറിച്ചറിയാതെ കർമം തുടരുന്നവൻ പ്ലാശിനെ നട്ടുനനയ്ക്കുന്നതിനു തുല്യമാണ്.'

യുവരാജാവായിരുന്ന കാലത്തു ദശരഥനു ശബ്ദവേധിയായ കുമാരൻ എന്ന ഖ്യാതിയുണ്ടായിരുന്നു. ഒരു മഴക്കാലത്തു രാത്രി നായാട്ടിനായി ഇറങ്ങിയ ദശരഥൻ സരയൂ നദിയിൽ ഏതോ മൃഗം വെള്ളം കുടിക്കുന്ന ശബ്ദം കേട്ട് ആ ദിക്കിലേക്കു ബാണമയച്ചു. അപ്പോൾ, ഹാ..... എന്ന മനുഷ്യ ശബ്ദമാണു കേട്ടത്.

അടുത്തേക്കു ചെന്നപ്പോൾ അതൊരു മുനി കുമാരനായിരുന്നു. അദ്ദേഹം പറഞ്ഞു, 'ഞാൻ മരിച്ചാൽ പരസഹായമില്ലാതെ ജീവിക്കുവാനാകാത്ത എന്റെ വൃദ്ധമാതാപിതാക്കൾ പട്ടിണി കിടന്നു മരിക്കും. അവർക്കു ദാഹജലം തേടി വന്നതാണു ഞാൻ. ഈ നടന്നു തെളിഞ്ഞ ഒറ്റയടിപ്പാതയിലൂടെ പോയാൽ ഞങ്ങളുടെ പർണ്ണശാല കാണാം. അവർക്കു ദാഹനീർ നൽകി സമാധാനിപ്പിച്ച് എന്റെ മരണവിവരം അറിയിക്കുക. വേദന സഹിക്കുവാൻ ഇനിയും വയ്യ. എന്റെ മർമ്മം തകർത്ത അമ്പു വലിച്ചൂരുക. ഞാൻ ബ്രാഹ്മണനല്ല. അതിനാൽ ബ്രഹ്മഹത്യാ പാപം ഏൽക്കില്ല. ആ താപസന്റെ നെഞ്ചിൽ തറച്ച അമ്പ് ദശരഥൻ ഊരി എടുത്തതോടെ അദ്ദേഹം മരിച്ചു.

പിന്നെ, കുടങ്ങളിൽ വെള്ളവുമായി ആ വൃദ്ധമാതാപിതാക്കളുടെ അടുത്തെത്തി ദാഹനീർ നൽകി. ഉണ്ടായ സത്യം പറഞ്ഞു. പക്ഷേ, പുത്ര ശോകത്താൽ തളർന്നു പോയ അവർ മകനെ അവസാനമായി കാണണമെന്ന് ആഗ്രഹിച്ചു. നദിക്കരയിൽ നിർജ്ജീവമായിക്കിടക്കുന്ന മകനെത്തലോടി അവർ ഹൃദയം പിളർക്കെ കരഞ്ഞു. ഒടുവിലവർ മകനു സ്വർഗത്തിൽ എല്ലാ സദ്ഗതിയും അനുഗ്രഹിച്ചു. പരേതന് ഉദകം നൽകി. ഈ സമയത്തു മകൻ ഇന്ദ്രനൊപ്പം പ്രത്യക്ഷനായി താൻ മഹത്തായ സ്ഥാനം പ്രാപിച്ചിരിക്കുന്നുവെന്ന് അറിയിച്ചു.

ഭാര്യയുമൊത്ത് ഉദകക്രിയ പൂർത്തിയാക്കിയ ശേഷം, ദശരഥനോട് അങ്ങും പുത്രവ്യഥയാൽ കാലഗതി പ്രാപിക്കും എന്നു പറഞ്ഞു പത്നിയോടൊപ്പം ചിതയിലേറി സ്വർഗം പ്രാപിച്ചു. ആ കഴിഞ്ഞ കാലം മനോമുകുരത്തിൽ കണ്ടു കൊണ്ടു രാജാവു പറഞ്ഞു, പ്രിയേ, അപഥ്യമായി കഴിച്ച ആഹാരത്താൽ വന്നു പെട്ട വ്യാധി എന്ന പോലെ, ആ മഹാത്മാവിന്റെ വാക്ക് സത്യമായിരിക്കുന്നു.'

പതിനാലു വർഷം കഴിഞ്ഞു, സീതയ്ക്കും ലക്ഷ്മണനുമൊത്തു രാമനെ കാണുന്നവർ ഭാഗ്യവാന്മാർ എന്നു പറഞ്ഞു അദ്ദേഹം തളർന്നു മയങ്ങി. ആ രാവിൽ, രാമനെ പിരിഞ്ഞ് ആറാം നാൾ രാത്രി താണ്ടവേ ദശരഥമഹാരാജാവു ദേഹം വെടിഞ്ഞു. പിറ്റേന്ന്, പള്ളിയുറക്കത്തിൽ നിന്നുണരാത്തതു കണ്ടു മഹാരാജാവിനെ ഉണർത്താൻ ശ്രമിക്കവെ ഏവരും ആ സത്യം തിരിച്ചറിഞ്ഞു. രാമനെ പിരിഞ്ഞ ദുഃഖത്തിൽ ദശരഥൻ ദേഹം ഉപേക്ഷിച്ചിരിക്കുന്നു. മകൻ വനവാസത്തിൽ, ഇപ്പോൾ ഭർത്താവും ദേഹം വെടിഞ്ഞിരിക്കുന്നു. കൗസല്യാ ദേവിയും സുമിത്രയും ബോധം നഷ്ടപ്പെട്ടു കിടന്നു.

ദശരഥന്റെ ദേഹം വിധിപ്രകാരം, തൈലത്തോണിയിലേക്കു മാറ്റി. മക്കളാരും സ്വദേശത്തില്ലാത്തതിനാൽ ഭരതനെയും ശത്രുഘ്നനെയും വരുത്തുവാൻ ദൂതരെ അയച്ചു. വസിഷ്ഠ വാക്കു കേട്ട ദൂതർ വായുവേഗത്തിൽ സഞ്ചരിച്ചു. കേകയ രാജ്യത്തെത്തി. ഈ സമയം ഭരതൻ രാത്രി സ്വപ്നത്തിൽ അച്ഛനു അപകടം എന്തോ പിണഞ്ഞതായി സ്വപ്നം കണ്ട്, ആകെ ചിന്താ മൂകനായിരിക്കുകയായിരുന്നു. ആ സമയത്തു തന്നെ ദൂതരും എത്തിച്ചേർന്നു. എന്നാൽ ഗുരു നിർദ്ദേശപ്രകാരം, അയോധ്യയിലെ വാർത്തകളേതും പറയാതെ ഭരതനെയും ശത്രുഘ്നനെയും മടക്കിക്കൊണ്ടു വരുവാൻ ദൂതർ ധൃതികൂട്ടി. കേകയ രാജ്യത്തു നിന്നും കണക്കറ്റ ഉപഹാരങ്ങളുമായി ഒരു കൂട്ടം സൈനികർ ഭരതനും ശത്രുഘ്നനുമൊപ്പം യാത്രയായി. എന്നാൽ ഇടക്കു വച്ചു രഥത്തിലെ യാത്രയ്ക്കു വേഗത പോരെന്നു തോന്നി, വേഗമേറിയ കുതിരപ്പുറത്തു ഭരതൻ അയോധ്യയിലേക്കു പാഞ്ഞു. ഒടുവിൽ ഏഴു രാവു നീണ്ട യാത്ര കഴിഞ്ഞു അയോധ്യയിലേക്കു കടക്കുമ്പോൾ തന്നെ ആ മഹാത്മാവിന്റെ മനം പിടഞ്ഞു. വീടുകളിൽ അലങ്കാരങ്ങളില്ല, മുറ്റമടിച്ചിട്ടില്ല, ദേവാലയങ്ങൾ ശൂന്യം, വ്യാപാരികളെ കാണുനില്ല, ആകെ അശുഭമാണല്ലോ എന്നോർത്തു ആ മഹാത്മാവ്.

അച്ഛനെ കാണാൻ ധൃതി പൂണ്ട് പിതൃഗൃഹത്തിലെത്തിയെങ്കിലും അവിടെ കാണാതെ, വേഗം അമ്മ കൈകേയിയുടെ അന്തഃപുരത്തിലെത്തി. എന്നാൽ അവിടേയും അച്ഛൻ കിടക്കുന്ന സപ്രമഞ്ചക്കട്ടിൽ അനാഥമായി കിടക്കുന്നതു കണ്ട്, അമ്മയുടെ അടുത്തെ

ത്തി, പാദം തൊട്ടു വന്ദിച്ചു കൊണ്ട് അച്ഛനെ ആരാഞ്ഞു.

മകന് വലിയ സന്തോഷമാകുമെന്നു കരുതി, കൈകേയി നടന്ന കാര്യങ്ങൾ വിശദീകരിച്ചു. എന്നാൽ അതു കേട്ടതും ഭരതൻ ക്രോധം കൊണ്ടും സങ്കടം കൊണ്ടും തകർന്നു. എല്ലാം നശിപ്പിച്ച അമ്മയെ നിന്ദിച്ച്, കൗസല്യാ മാതാവിനടുത്തേക്ക് ചെന്നു. ഭരതനെക്കണ്ട കൗസല്യാ ദുഃഖം അണപൊട്ടി. കൗസല്യയുടെ ശാസന ഏറ്റുവാങ്ങി ആ മടിയിൽ വീണു ഭരതൻ കരഞ്ഞു. ഒടുവിൽ കൗസല്യ ഭരതനെ ചേർത്തു പിടിച്ചാശ്വസിപ്പിച്ചു.

ഈ സമയം വസിഷ്ഠ മുനി വന്ന് അച്ഛന്റെ സംസ്കാരം ഇനിയും വൈകിക്കരുത് എന്നറിയിച്ചു. എല്ലാ ഉപചാരങ്ങളോടെയും സംസ്ക്കാരം നടത്തി, പതിമൂന്നാം നാൾ അസ്ഥി സഞ്ചയനവും നടത്തി. ഈ സമയം, ഭരതനോടു ശത്രുഘ്നൻ പറഞ്ഞു, ധീര രാമൻ ഒരു സ്ത്രീയാൽ കാട്ടിലാക്കപ്പെട്ടു. ബലവാനും, വീര്യവാനുമായ ലക്ഷ്മണൻ അച്ഛനെ ബന്ധിച്ചു രാമനെ മോചിപ്പിക്കാത്തതെന്ത്? ഈ അവസരത്തിൽ കൂനി മന്ഥര പണ്ടങ്ങൾ വാരിച്ചാർത്തി, രാജവസ്ത്രങ്ങളണിഞ്ഞ് അവിടെ എത്തി. അവളെ കണ്ട കാവൽക്കാരൻ പറഞ്ഞു എല്ലാറ്റിനും കാരണക്കാരി ഇവളാണ്. ഇതറിഞ്ഞു ശത്രുഘ്നൻ അവളെ പൂണ്ടടക്കം പിടികൂടി. ശത്രുഘ്നന്റെ കൈയാൽ കൊല്ലപ്പെട്ടേക്കുമെന്നു തോന്നിയപ്പോൾ കൈകേയി ഭരതനോട് അവളെ കൊല്ലാതെ വിടാൻ അപേക്ഷിച്ചു. സ്ത്രീ വധം രാമന് ഇഷ്ടമാകില്ലെന്നതിനാൽ ഭരതന്റെ അപേക്ഷയിൽ ശത്രുഘ്നൻ അവളെ വിട്ടയച്ചു.

ഇതിനിടയിൽ ഭരണാധികാരിയില്ലാത്ത അയോധ്യ നാഥനില്ലാകളരിയാകുമെന്നു കണ്ട്, വസിഷ്ഠൻ ഭരതനെ രാജാവായി അഭിഷേകം ചെയ്യുന്ന കാര്യം അവതരിപ്പിച്ചു. എന്നാൽ ഭരതൻ ഒരു കാര്യം മാത്രം പറഞ്ഞു. രാജ്യം രാമൻ ഭരിക്കും. ഞാൻ പതിനാലു വർഷം വനവാസം നടത്തും. അഭിഷേകത്തിനുള്ള എല്ലാ സന്നാഹങ്ങളുമായി. രാമനുള്ള ഇടത്തു ചെന്ന് അഭിഷേകം നടത്തി രാമനെ, അയോധ്യാപതിയായി തിരികെ കൊണ്ടുവരും. ഭരത പ്രഖ്യാപനം കേട്ടു ഏവരും ഭരതനെ അഭിനന്ദിച്ചു. ഒപ്പം രാമനെ തിരികെ കൊണ്ടുവരുവാനുള്ള പ്രവൃത്തികൾ ആരംഭിച്ചു.

സാരാംശം

ഒരു വിയോഗ വാർത്തയും, അതേസമയം ഒരു മഹാത്മാവിന്റെ ജനനവും കാണുക. പുത്രവ്യഥയാൽ മരണമടഞ്ഞ ദശരഥൻ പറയുന്ന വാക്യങ്ങൾ ശ്രദ്ധേയമാണ്. പ്ലാശിന്റെ പൂവ് കാണാൻ ചന്തമേറിയതാണ്. എന്നാൽ മാമ്പൂവോ? കാണാൻ ഏതുമേ ഇല്ല. പ്ലാശിൻ പൂവു കണ്ടാൽ അഗ്നിവർണ്ണമാണ്. അതു കണ്ട്, അതിന്റെ ഫലത്തിനും അതേ നിറവും രുചിയുമാകുമെന്നു തെറ്റിദ്ധരിച്ചു കൊണ്ട് ആരെങ്കിലും നിറയെ കായ്ക്കേണ്ട മാവ് മുറിച്ചുമാറ്റി പ്ലാശിനെ വളർത്തിയാലെന്തു ഫലം? അതിനാൽ പ്രവർത്തിക്കും മുമ്പ് അതിൻറെ ലക്ഷ്യത്തെക്കുറിച്ചു ധാരണയുണ്ടാകേണ്ടതുണ്ട്. ശബ്ദവേധിയായി അമ്പെയ്യുവാൻ സാമർത്ഥനായിരുന്നുവെങ്കിലും, കുടത്തിൽ വെള്ളം നിറയുന്നത് മൃഗമെന്നു തെറ്റിദ്ധരിച്ചതിനാലാണ് മുനി കുമാരൻ മരിക്കാനിടയാകുന്നത്. അറിഞ്ഞോ അറിയാതെയോ എന്നതല്ല. കർമ്മം അതിന്റെ ഫലം നൽകുക തന്നെ ചെയ്യുമെന്നു സാരം.

ഇനി, ഭരതൻ, തനിക്കു ലഭിക്കുന്ന രാജ്യം ഒരല്പം പോലും മോഹിക്കാതെ, താൻ വനവാസമനുഷ്ഠിക്കുമെന്നു പറയുമ്പോൾ കേവലം മനുഷ്യനെന്ന നിലയിൽ നിന്നും മഹാത്മാവായി മാറുന്നു.

അദ്ധ്യായം 10

അയോധ്യാകാണ്ഡം
80 മുതൽ 95 വരെ സർഗങ്ങൾ

(ചിത്രകൂടത്തിലേക്കുള്ള ഭരതയാത്രയാണ് ഈ അദ്ധ്യായത്തിലെ പ്രതിപാദ്യം.)

രാമനെ തിരികെ കൊണ്ടുവരുവാൻ സർവ്വ സന്നാഹങ്ങളുമായാണ് ഭരതൻ യാത്ര തിരിക്കുന്നത്. പൗരപ്രമുഖർ, വിവിധ പണികൾ ചെയ്യുന്നവർ, ആന അമ്പാരിമേളങ്ങൾ, കച്ചവടക്കാർ എന്നിങ്ങനെ ഒരു ചെറിയ അയോധ്യ അപ്പാടെ കാട്ടിലേക്ക് ഒഴുകുന്ന മട്ടിലാണ് ആ യാത്ര തുടങ്ങിയത്. അമ്മമാർ, ഗുരു ജനങ്ങൾ, തോഴിമാർ, പടയാളികൾ അങ്ങനെ കണ്ണെത്താ ദൂരം പരന്നു കിടന്നു, ആ പട. അവർ ഗംഗാ തീരത്തു ശൃംഗവേരപുരത്തിലെത്തി. അതായതു രാമസഖാവ് ഗുഹന്റെ രാജ്യത്തെത്തി. അവിടെ തമ്പടിച്ചു ക്ഷീണം തീർത്തു പിറ്റേ ദിവസം ഗംഗ തരണം ചെയ്യാമെന്നു നിശ്ചയിച്ചു.

ഗംഗാ തീരത്തു താവളമടിച്ച കടൽ പോലെയുള്ള പട കണ്ട ഗുഹൻ, രാമനെ മുച്ചൂടും നശിപ്പിക്കുവാൻ വേണ്ടി ഭരതൻ യുദ്ധത്തിനിറങ്ങിയതാണെന്നു തെറ്റിദ്ധരിച്ചു. അതിനാൽ തന്നാലാവും വിധം ഭരതനെ തടയണമെന്നു ഗുഹൻ നിശ്ചയിച്ചു സ്വന്തം പടയാളികൾക്കു നിർദ്ദേശം നൽകി. ഒപ്പം ഭരതൻ, രാമനിൽ പ്രീതിയുക്തനെങ്കിൽ മാത്രമേ ഈ സേന നിരപായം പുഴ കടക്കുകയുള്ളൂ എന്നു നിശ്ചയിച്ചു. എന്നിട്ട്, ഉപഹാരങ്ങളുമെടുത്ത് ഭരതന്റെ മനസറിയുവാൻ അടുത്തു ചെന്നു. ഗുഹൻ വരുന്നതു കണ്ട്, സുമന്ത്രർ ഗുഹനെ ഭരതനു പരിചയപ്പെടുത്തി. ഗുഹൻ ഭരതനെ വന്ദിച്ചു ഉപ

ഹാരങ്ങൾ നൽകി. അതിനു ശേഷം യാത്രയുടെ ഉദ്ദേശ്യം രാമനെ ഹനിക്കുവാനല്ലെന്ന് ഉറപ്പു വരുത്തി. അതോടെ ഭയം മാറിയ ഗുഹൻ എല്ലാ സൗകര്യങ്ങളും സഹായങ്ങളും വാഗ്ദാനം ചെയ്തു. പിന്നെ, രാവു നീളെ, കൊട്ടാരത്തിലെ സുഖശയനത്തിൽ നിന്നും കാട്ടിലെ പൊടിമണ്ണിലും ഇലമെത്തയിലും ഉറങ്ങേണ്ടി വന്ന രാമനെയും സീതയെയും, അവർക്കു രാവു പുലരുവോളം കാത്തിരുന്ന ലക്ഷ്മണനെയും കുറിച്ചു സംസാരിച്ചിരുന്നു. രാമന്റെ ആ അവസ്ഥ കേട്ട ഭരതൻ വാവിട്ടു നിലവിളിച്ചു. അതു കണ്ടു ശത്രുഘ്നൻ, ഭരതനെ കെട്ടിപ്പിടിച്ചു കരയുവാൻ തുടങ്ങി.

പിറ്റേന്നു ഗുഹൻ അഞ്ഞൂറു തോണികളിലായി സർവ്വ പടയെയും നദി കടത്തി. ഗംഗ തരണം ചെയ്ത ആ പെരുംപട കാട്ടിലൂടെ സഞ്ചരിച്ച് ദേവ പുരോഹിതനായ ഭരദ്വാജമുനിയുടെ ആശ്രമത്തിലെത്തി. ഒരു വിളിപ്പാടകലെ പടയെ നിർത്തി, ഗുരു വസിഷ്ഠനൊപ്പം മഹർഷിയുടെ മുൻപാകെ ഭരതൻ എത്തി. ക്ഷേമാന്വേഷണങ്ങൾക്കു ശേഷം മുനി ഭരതനോട്, പതിനാലു വർഷത്തേക്കു വനവാസം വിധിക്കപ്പെട്ട രാമനെയോ, ഒപ്പം പുറപ്പെട്ട ലക്ഷ്മണനെയോ ഏതെങ്കിലും വിധത്തിൽ അപായപ്പെടുത്തുവാനുള്ള ഉദ്ദേശ്യത്താലാണോ ഇത്ര വലിയ പടയൊരുക്കം എന്നന്വേഷിച്ചു. എന്നാൽ അതു കേട്ടു കണ്ണീർ വാർത്തുകൊണ്ടു രാമനെ സ്വീകരിച്ചു കൊണ്ടുവരുവാനാണീ യാത്രയെന്നു ഭരതൻ വിശദീകരിച്ചു. അമ്മയുടെ വാക്കുകൾ എനിക്കു സമ്മതമല്ല എന്നു ഭരതൻ മുനിയെ അറിയിച്ചു. സന്തോഷവാനായ മുനി. അന്നേ ദിവസം പടയോടൊന്നിച്ചു അവിടെ പാർക്കണമെന്ന് അപേക്ഷിച്ചു. ആദ്യം മടിച്ചുവെങ്കിലും ഭരതൻ ആതിഥ്യം പടയോടൊന്നിച്ചു സ്വീകരിച്ചു.

മഹർഷിയുടെ തപഃശക്തിയാൽ അന്നേ വരെ ആരും കണ്ടിട്ടില്ലാത്ത വിധത്തിലെ ആ വിരുന്നിൽ പടയാകെ ഉന്മത്തരായി. രാവിൽ ആ കാനനത്തിൽ ഭരതന്റെ പടയെ ഒന്നാകെ വിസ്മയിപ്പിച്ചു കൊണ്ട് വനദേവതമാർ അവർക്കു വിരുന്നൊരുക്കി. എല്ലാവിധ വിശിഷ്ട ഭോജ്യങ്ങളും പല വിധ മദ്യവും അവിടെ അവർക്കായ് സൃഷ്ടിക്കപ്പെട്ടു. പാലും നെയ്യും രുചിയേറും വിഭവങ്ങളും മാത്രമല്ല വിശിഷ്ട വസ്ത്രങ്ങളും സുഗന്ധലേപനങ്ങളും ഓരോരുത്തർക്കും ലഭിച്ചു. സേന ഒന്നാകെ ഉന്മത്തരായി. ആ രാവ് പുലരാതിരു

ന്നെങ്കിൽ എന്ന മട്ടായി.

പിറ്റേന്നു ഭരതൻ ഗുരുവും അമ്മമാരുമൊന്നിച്ചു ഭരദ്വാജനു മുന്നിലെത്തി. ചിത്രകൂടത്തിലേക്കുള്ള വഴി പറഞ്ഞു കൊടുക്കവെ ദശരഥ പത്നിമാരെ ഓരോരുത്തരെയും പരിചയപ്പെടുത്തുവാൻ മുനി ആവശ്യപ്പെട്ടു. അങ്ങനെ, ആദ്യം കൗസല്യയെയും സുമിത്ര യെയും പിന്നീട് ഏറെ സങ്കടത്തോടെ കൈകേയിയേയും ഭരതൻ മുനിക്കു പരിചയപ്പെടുത്തി. മുനി ഭരതനോട്, അമ്മയുടെ മേൽ കോപം പാടില്ലെന്നും രാമന്റെ വനവാസത്തിന് ഉദ്ദേശ്യങ്ങൾ ഉണ്ടെ ന്നും പറഞ്ഞു കൊടുത്തു. പിന്നെ ആ പെരുംപട, ചിത്രകൂടത്തി ലേക്കു യാത്രയായി.

സാരാംശം

മനുഷ്യജീവിതത്തിൽ എത്ര വട്ടം നാം നിരാകരിക്കപ്പെടുന്നുണ്ട്. എത്ര വട്ടം നാം, നമ്മുടെ പ്രിയപ്പെട്ടവരുടെ പ്രവർത്തിയാൽ ലജ്ജി തരാകുന്നുണ്ട്. അതുതന്നെയാണിവിടെ ഭരതനും നേരിടുന്നത്. ആദ്യം സ്വന്തം ജനങ്ങൾ, ഭരതൻ രാജ്യഭാരമേൽക്കുമെന്നു കരുതു ന്നു. എന്നാൽ ഭരത പ്രതിജ്ഞയ്ക്കു ശേഷം, അവർ രാമൻ വരുമെ ന്ന പ്രതീക്ഷയിലാണ്. എന്നാൽ പടയോടൊത്തു ഗംഗാ തീരത്തേ ക്കു വരുന്ന ഭരതനെ ഗുഹനും തെറ്റിദ്ധരിക്കുന്നു. രാമനെതിരായ നീക്കമെങ്കിൽ, ഭരതനെതിരേ സ്വന്തം പടയെ സജ്ജമാക്കി ഗുഹൻ. തീർന്നില്ല ഭരദ്വാജാശ്രമത്തിലും ഭരതനു നേരെ സംശയത്തിന്റെ മുന നീളുന്നു. തന്റെ അമ്മയുടെ തീരുമാനമല്ല തന്റേത് എന്നു ഭര തനു വ്യക്തമാക്കേണ്ടി വരുന്നു പലവട്ടം.

ജീവിതയാത്രയിൽ പലപ്പോഴും നാം നിസ്സഹായരാകുന്നത് നമ്മളെ സ്നേഹിക്കുന്നവരുടെ പ്രവൃത്തികളാലാണ്. അവർ ചിന്തി ച്ചതല്ല നമ്മുടെ ശരി എന്നു മറ്റുള്ളർ തിരിച്ചറിയുവാൻ സമയമേറെ വേണ്ടി വരും. അപ്പോഴേക്കും ജീവിതം അതിന്റെ വഴിക്കു യാത്ര തുടരുന്നുണ്ടാവും.

OO

അദ്ധ്യായം 11

അയോധ്യാകാണ്ഡം
96 മുതൽ 115 വരെ സർഗം

(ഭരതൻ ചിത്രകൂടത്തിലെത്തി സീതാരാമലക്ഷ്മണന്മാരെ കാണുന്നതാണ് ഈ അദ്ധ്യായത്തിൽ പ്രതിപാദ്യം.)

ചിത്രകൂടത്തിൽ വാസമാരംഭിച്ച രാമനും സീതയും ലക്ഷ്മണനും ആ കാനനഭംഗിയിൽ മുഗ്ധരായി. ഗിരിപ്രിയനായ രാമൻ, സീതയുടെ പ്രിയത്തിനും തന്റെ സന്തോഷത്തിനുമായി മനോഹരമായ ചിത്രകൂടത്തെ സീതയ്ക്കു പരിചയപ്പെടുത്തി. പർവ്വതത്തെ അയോധ്യയെന്നും, ജന്തുക്കളെ പൗരജനങ്ങളെന്നും, മന്ദാകിനീ നദിയെ സരയുവെന്നും കരുതുക. നിന്നോടും എന്നെ അനുസരിക്കുന്ന ലക്ഷ്മണനോടൊപ്പവും കഴിയുന്ന ഞാൻ രാജ്യഭരണമോ അയോധ്യയെയോ ആശിക്കുന്നില്ല. ഇങ്ങനെ പറഞ്ഞു രഘുരാമൻ സീതാസമേതനായി ചിത്രകൂടത്തിൽ ചുറ്റി നടന്നു.

അങ്ങനെയിരിക്കെ വനത്തിൽ അസ്വാഭാവികമായ ചിലതു സംഭവിക്കുന്ന സൂചനകൾ ഉണ്ടാകാൻ തുടങ്ങി. കാളിന്ദി നദി തരണം ചെയ്ത ഭരതസേനയുടെ ആരവവും പൊടിയും മാനംമുട്ടെ പൊങ്ങി. വന്യ ജന്തുജാലം പരക്കം പായുന്ന ശബ്ദം കേട്ടു. ഇതു ശ്രദ്ധിച്ച രാമൻ ലക്ഷ്മണനോടു പറഞ്ഞു, ഇടിവെട്ടും പോലെ കോലാഹലം കേൾക്കുന്നു. എന്താണു കാരണമെന്നറിഞ്ഞു വരുക. ലക്ഷ്മണൻ വേഗമൊരു പൂത്ത സാലമരത്തിൽ കയറി ചുറ്റും നോക്കി. അപ്പോൾ കണ്ടു, വടക്കു ദിക്കു നിന്നും പെരുംപടയുടെ വരവ്. ലക്ഷ്മണൻ വിളിച്ചു പറഞ്ഞു, ജ്യേഷ്ഠാ, തീ കെടുത്തൂ. സീത ഗുഹയ്ക്കുള്ളിൽ പ്രവേശിക്കട്ടെ, അങ്ങ് ചട്ടയിട്ട് വില്ലു കുലച്ച് അമ്പും തൊടുത്തു നിലയുറപ്പിക്കുക. കൈകേയിയുടെ മകൻ ഭര

തൻ, നമ്മെ ഇരുവരെയും കൊല്ലാൻ വരുകയാണ്. ഭരതൻ പോരിനു വന്നാൽ ഭരതനെ നിഗ്രഹിച്ച്, പടയെത്തുരത്തി കൈകേയിയുടെ അഹങ്കാരത്തിനു ശമനമുണ്ടാക്കുമെന്നു ലക്ഷ്മണൻ നിശ്ചയിച്ചു. എന്നാൽ അതു കേട്ടു രാമൻ ലക്ഷ്മണനോടു താഴെയിറങ്ങുവാനും, ഇന്നുവരെ ഒരപ്രിയം പോലും പ്രവർത്തിക്കാത്ത ഭരതൻ ഒരിക്കലും ദുഷ്ചിന്തയോടെ ആകില്ല വരുന്നതെന്നും, ഒരു പക്ഷേ ദശരഥമഹാരാജാവ് സ്വയം പടയുമൊത്ത് എഴുന്നെള്ളി, സീതയെ തിരികെ കൊണ്ടു പോകുവാൻ വരുന്നതുമാകാം എന്നു പറഞ്ഞു. മാത്രവുമല്ല, ഭരതനെ ഇല്ലാതാക്കിയിട്ട് ഒരു രാജ്യം തനിക്കാവശ്യമില്ലെന്നും രാമൻ അറിയിച്ചു. രാമോപദേശത്താൽ ലക്ഷ്മണൻ ലജ്ജയാൽ ചൂളിപ്പോയി.

ചിത്രകൂടവനത്തിൽ സേന പ്രവേശിച്ചതോടെ, രാമനെ കണ്ടെത്തുവാനായി ഭരതൻ പല ദിക്കുകളിലേക്കായി പടയാളികളെ അയച്ചു. പിന്നെ ആകാംക്ഷ സഹിക്കാതെ സ്വയമൊരു സാലമരത്തിനു മുകളിൽ കയറി ദൂരെ പുക ഉയരുന്നതു കണ്ടെത്തി. സേനയെ അവിടെ നിർത്തി, ശത്രുഘ്നനൊപ്പം മുന്നിൽ നടന്നു ഭരതൻ. വസിഷ്ഠനോട് അമ്മമാരെ കൂട്ടി പിന്നാലെ വരുവാനും അപേക്ഷിച്ചു. കാട്ടിലൂടെ നടക്കുമ്പോൾ, അടയാളങ്ങളായി, ചീരങ്ങളും മരവുരികളും, തണുപ്പകറ്റുവാനായി ശേഖരിച്ച ഉണക്കിയ ചാണകവും കണ്ടു. ഒടുവിൽ, പുണ്യവും മനോഹരവുമായ പർണ്ണശാല കണ്ടു. അവിടെ കൃഷ്ണാജിനം ധരിച്ചു മരത്തോലുടുത്ത്, അഗ്നിയാൽ ചൂഴപ്പെട്ടവനെപ്പോലുള്ള രാമനെ കണ്ടു. മഹാ ബാഹുവായ രാമൻ സീതാലക്ഷ്മണ സമേതം ദർഭ വിരിച്ച നിലത്തു ബ്രഹ്മാവിനെപ്പോലെ ഇരുന്നരുളുന്നു.

രാമനെ ഈ വിധം കണ്ടതും ഭരതൻ അടക്കാനാത്ത സങ്കടത്താൽ ഓടി വന്നു രാമപാദത്തിൽ പതിച്ചു. ശത്രുഘ്നനും രാമപാദം വണങ്ങി. വാത്സല്യത്തോടെ രാമൻ രണ്ടുപേരെയും കെട്ടിപ്പിടിച്ചു. പിന്നെ കൊട്ടാര വിശേഷങ്ങൾ ചോദിച്ചു തുടങ്ങി. അച്ഛനെവിടെ എന്ന ചോദ്യത്തിന് ഭരതൻ അച്ഛന്റെ വിയോഗ വാർത്ത അറിയിച്ചു. അതു കേട്ട് ആർത്തനായി രാമൻ സീതയോടും ലക്ഷ്മണനോടും ആ വാർത്ത പറഞ്ഞു തളർന്നുവീണു. അപ്പോഴേക്കും അമ്മമാരുമായി വസിഷ്ഠൻ അവിടെ എത്തി. മകനെ കണ്ട അമ്മ കൗസല്യ

യുടെ കണ്ണിൽ നിന്നും കണ്ണീർ ധാരയായ് ഒഴുക്കി, പിന്നെ സീതയെ ചേർത്തു പിടിച്ചു തലയിൽ തലോടി എന്റെ കുഞ്ഞേ എന്നു വിലപിച്ചു. ഒടുവിൽ പരസ്പരം കണ്ട ആശ്വാസത്തിലും, എന്നാൽ വന്നു പെട്ട ദുരന്തങ്ങളോർത്തും ദീനരായ് കരഞ്ഞും ഒരു രാവുകടന്നു പോയി. പിറ്റേന്നു മന്ദാകിനിയിൽ അച്ഛനു വേണ്ട ക്രിയകൾ ചെയ്തു കഴിഞ്ഞ രാമനോടു ഭരതൻ രാജ്യഭാരമേൽക്കുവാൻ ആവശ്യപ്പെട്ടു. എന്നാൽ രാമനത് അംഗീകരിച്ചില്ല. അച്ഛന്റെ കടം വീട്ടേണ്ടതു ധർമ്മമാണെന്നും അതിൽ നിന്നും വ്യതിചലിക്കുവാനാവില്ലെന്നും പറഞ്ഞു. ജബാലി എന്ന ബ്രാഹ്മണനും രാമനെ മനംമാറ്റുവാൻ ശ്രമിച്ചു പരാജയപ്പെട്ടു. ഈ സമയം വസിഷ്ഠൻ ഇടപെട്ടു. അദ്ദേഹത്തിനും പക്ഷേ, രാമന്റെ മനം മാറ്റുവാനായില്ല. ഒടുവിൽ ഋഷിഗണങ്ങൾ ഭരതനോടു രാമവാക്യം അനുസരിക്കുക എന്നു പറഞ്ഞു. രാമൻ അച്ഛന്റെ കടം വീട്ടിയതിനാൽ അദ്ദേഹത്തിനു സ്വർഗ്ഗം ലഭിച്ചുവെന്നും അറിയിച്ചു. അങ്ങനെ ഭരതൻ, രാമന്റെ കാലടികൾ പതിഞ്ഞ പൊൻ പാദുകം ഏറ്റുവാങ്ങി. എന്നിട്ടു പറഞ്ഞു, 'പതിനാലു വർഷം ജടാചീരധാരനായി, ഫലമൂലാശനനായി, അയോധ്യാ നഗരത്തിനു പുറത്ത് അങ്ങയുടെ വരവും കാത്തു, രാജ്യകാര്യങ്ങൾ അങ്ങയുടെ പാദുകങ്ങളിൽ അർപ്പിച്ചു ജീവിക്കും. പതിനാലു വർഷം കഴിഞ്ഞു പിറ്റേന്ന് അങ്ങയെ കാണാത്ത പക്ഷം ഞാൻ അഗ്നിപ്രവേശം ചെയ്യും.' അത് രാമനും അംഗീകരിച്ചു. പിന്നെ ഏവരും അയോധ്യയിലേക്കു മടങ്ങി.

സാരാംശം

ഇന്നത്തെ രാമായണ വായന വ്യത്യസ്തമാകുന്നത് രാമൻ ലക്ഷ്മണനോടും ഭരതനോടും നടത്തുന്ന സംഭാഷണങ്ങളാലാണ്. പടയുമായി വനത്തിൽ വരുന്നത് ആരാണെന്നറിയും മുൻപു ലക്ഷ്മണൻ തന്റെ മുൻവിധിയിൽ വരുന്നത് ഭരതനാണെന്നും, ഉദ്ദേശ്യം ആക്രമിക്കുവാനാണെന്നും പെട്ടെന്നു തന്നെ ഉറപ്പിക്കുന്നുണ്ട്. എന്നാൽ മറ്റുള്ളവരാരും സംശയിച്ചതു പോലെ രാമൻ ഭരതനെ സംശയിക്കുന്നില്ല. രാമൻ ചോദിക്കുന്നത്, ഇതിനു മുൻപ് എപ്പോഴെങ്കിലും ഭരതൻ എന്തെങ്കിലും അപ്രിയം പ്രവർത്തിച്ചിട്ടുണ്ടോ എന്നാണ്. അവിടെയാണ് കാലങ്ങൾ എത്ര കടന്നുവെന്നാലും മനുഷ്യമനസ് ചില കാര്യങ്ങളിൽ പുലർത്തുന്ന അനാവശ്യ സംശ

യങ്ങളെക്കുറിച്ചു നമുക്കു ബോധ്യപ്പെടുക. ഭരതൻ ഒരിക്കൽപ്പോലും രാമനോടോ സോദരന്മാരോടോ അപ്രിയം പ്രവർത്തിച്ചിട്ടില്ല. മാത്രമല്ല, നാലുപേർക്കും പരസ്പരം അത്രമേൽ സ്നേഹവുമാണ്. കൈകേയി പ്രശ്നങ്ങൾ ഉണ്ടാക്കുമ്പോൾ അതൊന്നും ഭരതനറിയുന്നതേയില്ല. അമ്മയിൽ നിന്നുണ്ടായ ഇത്തരം പ്രശ്നങ്ങൾ ഭരതനു നേരെ ചൂണ്ടപ്പെടുന്നത് അനീതിയായിരുന്നു. അത് തിരിച്ചറിയുന്നതു രാമൻ മാത്രം.

ഇനി ഭരതനുമായി നടത്തുന്ന ദീർഘഭാഷണത്തിൽ ഒരു ഭരണാധികാരി എപ്രകാരമായിരിക്കണം രാജ്യഭരണം നടത്തേണ്ടത് എന്നു വിശദമാക്കുന്നു. ഓരോ ചെറു കാര്യങ്ങളും ചോദിച്ചു വിശകലനം ചെയ്യുന്ന രാമനിൽ, അനുജനോടുള്ള വാത്സല്യവും രാജ്യത്തോടുള്ള കരുതലും കാണാം. അച്ഛൻ ധർമ്മഗതി പ്രാപിച്ചതറിയാതെ അച്ഛനെക്കുറിച്ചും, ഭരതൻ രാജ്യകാര്യങ്ങൾ ഭംഗിയായി നിർവ്വഹിക്കുന്നുവല്ലോ എന്നും ചോദിച്ച ശേഷം ഭരണപരമായ ഒട്ടേറെ കാര്യങ്ങൾ അന്വേഷിക്കുന്നു. ശൂരരും, വേദജ്ഞരും ജിതേന്ദ്രിയരു കുലീനരും തനിക്കു തുല്യമായവരുമല്ലേ മന്ത്രിമാർ?

രഹസ്യമായ മന്ത്രാലോചനയാണു രാജാവിന്റെ വിജയത്തിന്റെ ആധാരം, അപ്രകാരമല്ലേ കാര്യങ്ങൾ നിർവ്വഹിക്കുന്നത്? ആലോചിച്ചുറച്ച രഹസ്യം നാട്ടിൽ പാട്ടാകാറില്ലല്ലോ? ചെലവു കുറവും വരവു കൂടുതലുമായ കാര്യങ്ങൾ വേഗം ആരംഭിക്കാറില്ലേ? ചെയ്തു കഴിഞ്ഞതായ കാര്യങ്ങളല്ലേ പര രാജാക്കൻമാർ അറിയാറുള്ളൂ? ചെയ്യാനിരിക്കുന്നത് അവരറിയാറില്ലല്ലോ? രഹസ്യവിവരങ്ങൾ കൃത്യമായി അറിയുന്നില്ലേ? ആയിരം മൂർഖന്മാരെ വെടിഞ്ഞ് പണ്ഡിതനായ ഒരുവനേയല്ലേ നീ കൈക്കൊള്ളുന്നത്? സേനയ്ക്ക് യഥാകാലം ഭക്ഷണവും ശമ്പളവും നൽകാറില്ലേ? അനർഹരിൽ നിന്റെ ധനം പോകാറില്ലല്ലോ? തൊണ്ടിയോടെ പിടിക്കപ്പെട്ടവനെ ധനലോഭം കൊണ്ടു വിട്ടയക്കാറിലല്ലോ? എന്നിങ്ങനെ രാമരാജ്യമെന്താകണം എന്ന ചോദ്യത്തിനുത്തരം ആ വാചകങ്ങളിൽ വിശദമാക്കുന്നുണ്ട്.

ΟΟ

അദ്ധ്യായം 12

അയോധ്യാകാണ്ഡം
116 മുതൽ 119 വരെയും
ആരണ്യകാണ്ഡം
ഒന്നു മുതൽ 13 വരെയും സർഗം

(ചിത്രകൂടത്തിലെ വാസം അവസാനിപ്പിച്ചു, രാമനും സീതയും ലക്ഷ്മണനും ദണ്ഡകാരണ്യത്തിലെ പഞ്ചവടിയിലേക്കു യാത്രയാകുന്നതുവരെയാണ് ഈ അദ്ധ്യായത്തിൽ)

അയോധ്യയിൽ മടങ്ങിയെത്തിയ ഭരതൻ, ജ്യേഷ്ഠ പാദുകങ്ങളെ മുൻനിർത്തി നന്ദിഗ്രാമത്തിൽ താമസിച്ചു കൊണ്ട് രാജ്യഭരണം നിർവഹിച്ചു തുടങ്ങി. മരവുരി ഉടുത്തു, മുടി ജടപിടിപ്പിച്ചു, മുനിവേഷം പൂണ്ട് സേനയോടൊത്തു ഭരതൻ നന്ദിഗ്രാമത്തിൽ പാർത്തു. ഭരതനും ശത്രുഘ്നനും അമ്മമാരും വന്നു മടങ്ങിയ ശേഷം ചിത്രകൂടത്തിൽ ഏറെക്കാലം തുടരുവാൻ രാമൻ ആഗ്രഹിച്ചില്ല. രാക്ഷസന്മാരുടെ പലവിധ ആക്രമണങ്ങളിൽ മനംനൊന്ത്, ഖരൻ എന്ന രാഷസന്റെ ആക്രമണം ഏതു നിമിഷവും ഉണ്ടാകാം എന്ന ഭയപ്പെട്ടു മറ്റു താപസർ അപ്പോഴേക്കും ചിത്രകൂടം വെടിഞ്ഞിരുന്നു. കുറച്ചു വൈകിയാണെങ്കിലും രാമനും ചിത്രകൂടം ഉപേക്ഷിക്കുവാൻ നിശ്ചയിച്ചു. അങ്ങനെ സീതയും ലക്ഷ്മണനുമൊത്ത് അത്രി മഹർഷിയുടെ ആശ്രമത്തിലേക്കു മൂവരും യാത്ര തുടങ്ങി. അവിടെ എത്തി, മഹർഷിയുടെ ഉപചാരം സ്വീകരിച്ചു. പിന്നീട് മഹർഷിയുടെ പുണ്യവതിയായ ഭാര്യ അനസൂയയോട്, ആ മഹതിയുടെ ആവശ്യപ്രകാരം സീത തന്റെ സ്വയംവര കഥ വിവരിച്ചു കൊടുത്തു. സീതാ കല്യാണ വൃത്താന്തം കേട്ടു അതീവ സന്തുഷ്ടയായ

അനസൂയ സീതയ്ക്ക് അതിവിശിഷ്ടമായ ആടയാഭരണങ്ങൾ സമ്മാനിച്ചു. അതൊക്കെ ധരിച്ച് സാക്ഷാൽ ലക്ഷ്മിയെപ്പോലെ വിളങ്ങുന്ന സീതയെ കണ്ട് ആശ്രമവാസികൾ ഏവരും സന്തോഷിച്ചു. ആ രാത്രി അത്രിമഹർഷിയുടെ ആതിഥ്യം സ്വീകരിച്ചു പിറ്റേന്ന് സീതാരാമ ലക്ഷ്മണന്മാർ അശ്രമത്തിലെല്ലാവരോടും യാത്ര പറഞ്ഞ് വനത്തിൽ പ്രവേശിച്ചു.

അയോധ്യാകാണ്ഡം സമാപ്തം.

****

ആരണ്യകാണ്ഡം

ദണ്ഡകാരണ്യത്തിൽ പ്രവേശിച്ച രാമൻ താപസാശ്രമ മണ്ഡലം കണ്ടു. പരമ സാധ്വികളായ പരമർഷികളാൽ ശോഭിതമായ ആശ്രമം കണ്ടു മൂവരും ആനന്ദിച്ചു. അവിടുത്തെ ആതിഥ്യവും സ്വീകരിച്ചു മുന്നേറിയ അവരെ കാത്തിരുന്നത് രാക്ഷസനായ വിരാധനാണ്. അവൻ ശാപം കിട്ടിയ ഗന്ധർവ്വനായിരുന്നു. ശസ്ത്രങ്ങളാൽ വധിക്കപ്പെടുകയില്ല എന്നവനു വരം കിട്ടിയിരുന്നു. മൂന്നു മനുഷ്യർ തന്റെ വഴിയിൽ നടന്നു വരുന്നതു കണ്ട് അവൻ ഉന്മത്തനായി. പൊടുന്നനെ ചാടി വീണ് അവൻ സീതയെ പിടികൂടിയതു കണ്ട് ക്രുദ്ധനായ രാമലക്ഷ്മണൻമാർ സീതയെ അവനിൽ നിന്നും രക്ഷിച്ച് അവനെ കൊല്ലാൻ തീരുമാനിച്ചു. അതിനായി അവന്റെ കഴുത്തിൽ രാമൻ ചവിട്ടിപ്പിടിക്കുകയും ലക്ഷ്മണൻ ആനയ്ക്കൊത്ത കുഴി കുഴിച്ച് അവനെ അതിലിട്ടു മൂടി പാറക്കല്ലുകൾ അടുക്കി ഭദ്രമാക്കുകയും ചെയ്തു. അവനെ വധിക്കുവാൻ മറ്റു മാർഗ്ഗങ്ങളേതുമുണ്ടായിരുന്നില്ല എന്നതാണു സത്യം. രാമസ്പർശത്താൽ മോക്ഷം കിട്ടിയ വിരാധൻ രാമനെ വണങ്ങി ഗന്ധർവ്വ ലോകത്തിലേക്കു യാത്രയായി.

വിരാധ നിർദ്ദേശപ്രകാരം, മൂവരും ശരഭങ്ഗ മുനിയുടെ ആശ്രമത്തിലേക്കു യാത്രയായി. അവിടെ എത്തുമ്പോൾ അകലെ നിന്നും ഇന്ദ്രന്റെ സാന്നിദ്ധ്യം രാമൻ തിരിച്ചറിഞ്ഞു. എന്നാൽ ഇന്ദ്രൻ രാമനു മുന്നിൽ പ്രത്യക്ഷപ്പെടാൻ കൂട്ടാക്കിയില്ല. സമയമായില്ല എന്ന

റിയിച്ചു മാറി നിന്നു. ഈ സമയത്തു ശരഭങ്ഗ മുനി രാമനോട് തനിക്കു ശരീരം വെടിയുവാൻ സമയമായിരിക്കുന്നുവെന്നും, അതുവരെ കാക്കുക എന്നറിയിച്ചു. ശരഭങ്ഗൻ അഗ്നിജ്വലിപ്പിച്ചു മന്ത്ര പുരസ്സരം ആജ്യം ഹോമിച്ച് ആ അഗ്നിയിൽ പ്രവേശിച്ചു. ശരഭങ്ഗൻ വിൺപൂകെ, മുനിമാർ രാമനെ സമീപിച്ചു. അങ്ങ് ഇക്ഷ്വാകുലത്തിനും പൃഥ്വിക്കും നാഥനാകുന്നു. എന്നാൽ, അങ്ങു നാഥനായുണ്ടായിട്ടും അനാഥരെപ്പോലെ ഞങ്ങൾ രാക്ഷസരാൽ പീഡിപ്പിക്കപ്പെടുന്നു. ഞങ്ങൾക്കു മറ്റൊരു ഗതിയില്ല. ഞങ്ങളെ രക്ഷിച്ചാലും എന്നപേക്ഷിച്ചു. രാമനതു കേട്ടു താപസന്മാരുടെ ശത്രുക്കളായ രാക്ഷസരെ പോരിൽ കൊല്ലുന്നതാണ് എന്നു വാക്കു കൊടുത്തു.

പിന്നീട് മൂവരും സുതീക്ഷണമുനിയുടെ ആശ്രമത്തിലെത്തി, അദ്ദേഹത്തിന്റെ അനുഗ്രഹം വാങ്ങി യാത്ര തുടർന്നു. ഈ സമയം സീത, രാമനോടു ചില കാര്യങ്ങളിലെ ആശങ്ക പങ്കുവച്ചു. മൂന്ന് അധർമ്മങ്ങളാണു മനുഷ്യനെ കാത്തിരിക്കുന്നത്. ഒന്ന് മിഥ്യാപവാദം, രണ്ട് പരദാരഗമനം, മൂന്ന്, വൈരംവിനാരൗദ്രത. അതിൽ ആദ്യത്തെ രണ്ടു കാര്യങ്ങളിലും രാമനെക്കുറിച്ച് അശേഷം ആശങ്ക വേണ്ട. എന്നാൽ മൂന്നാമത്തെ വാക്യം വൈരം വിനാ രൗദ്രതയെക്കുറിച്ചു സീത സംശയം പങ്കുവച്ചു. രാമനെ നേരിട്ടാക്രമിക്കാത്ത രാക്ഷസരെ കൊല്ലുന്നതിലൂടെ സംഭവിക്കുക അതല്ലേ എന്നായിരുന്നു സീതയുടെ സംശയം. അതിനുത്തരമായി രാമൻ പറഞ്ഞ മറുപടി ഇപ്രകാരമായിരുന്നു. 'ക്ഷത്രിയർ ആയുധം ധരിക്കുന്നത് അശരണരുടെ ആർത്തനാദം കേൾക്കാതിരിക്കുവാനാണ്. ദണ്ഡകാരണ്യത്തിൽ രാക്ഷസരുടെ ആക്രമണത്തിൽപ്പെട്ട വനവാസികൾ രക്ഷയ്ക്കായി എന്നെ സമീപിക്കുകയും ഞാൻ വാക്കു നൽകുകയും ചെയ്തതാണ്. ആ വാക്കുപാലിക്കപ്പെടേണ്ടതുണ്ട്. അതിനാൽ അവർ നേരിട്ടാവശ്യപ്പെട്ടില്ലെങ്കിൽ കൂടി അവരുടെ സംരക്ഷണം എന്റെ ഉത്തരവാദിത്വമാണ്.' രാമന്റെ ആ വാദം സീതയ്ക്കു സ്വീകാര്യമായി.

ദണ്ഡകാരണ്യത്തിൽ ഓരോരോ ആശ്രമ മണ്ഡലങ്ങളിലായി പാർത്തുകൊണ്ടു വനവാസത്തിലെ പത്തുവർഷം കടന്നു പോയി. മൂവരും വീണ്ടും സുതീക്ഷ്ണ മുനിയുടെ അടുത്തെത്തി. അവിടെ വച്ച്

അഗസ്ത്യമുനിയുടെ ആശ്രമത്തിൽ ചെന്നദ്ദേഹത്തെ കാണുവാനുള്ള ആഗ്രഹം രാമൻ പ്രകടിപ്പിച്ചു. അങ്ങനെ, സുതീക്ഷ്ണമുനിയുടെ അനുഗ്രഹത്തോടെ അഗസ്ത്യമുനിയുടെ ആശ്രമത്തിലെത്തി അദ്ദേഹത്തിന്റെ ആതിഥ്യം സ്വീകരിച്ചു പിന്നെ അദ്ദേഹത്തിന്റെ നിർദ്ദേശത്താൽ അവശേഷിച്ച നാലു വർഷങ്ങൾ താമസിക്കുവാൻ പഞ്ചവടിയിലേക്കു പോകുവാൻ നിശ്ചയിച്ചു യാത്ര ആരംഭിച്ചു.

സാരാംശം

ചിത്രകൂടത്തിലേക്കുള്ള വൻപടയുടെ വരവിൽ അവിടെ വനമാകെ കുതിരച്ചാണകത്താലും മറ്റു മാലിന്യങ്ങളാലും നിറഞ്ഞു. മാത്രവുമല്ല മറ്റു ശല്യങ്ങളില്ലാത്ത വിധം ആ ഭൂപ്രകൃതി മാറി വരാൻ വീണ്ടും സമയെടുക്കുമെന്നും രാമൻ തിരിച്ചറിഞ്ഞു. അതിനാലാണ് മനോഹരമായ പർണ്ണശാല ഒഴിവാക്കി ദണ്ഡകാരണ്യത്തിന്റെ മറ്റു താപസ മണ്ഡലങ്ങളിലേക്കു പോകുവാൻ രാമൻ തുനിയുന്നത്. നീണ്ട പത്തു വർഷം പല പല ആശ്രമങ്ങളിൽ അവർ തങ്ങുന്നു. ഈ കാലഘട്ടം മൂവരിലും വളരെയേറെ കരുത്തു നൽകുന്നുണ്ട്. വേദാധ്യയനം ചെയ്യുന്ന, മുനി ജനങ്ങൾക്കിടയിലുള്ള ജീവിതം അദ്ധ്യാത്മിക ഉന്നതി ഒരു സാധാരണക്കാരനു പോലും നൽകുന്നതിനു സഹായിക്കും.

അപ്പോൾ സീതാരാമ ലക്ഷ്മണന്മാരെക്കുറിച്ചു വേറെ പറയണ്ടേതില്ലല്ലോ. മഹത്തുക്കളുമായി സംവദിക്കുന്നതിലൂടെ ലഭിക്കുന്ന അറിവുകളും, സദ്സംഗങ്ങളുടെ ഗുണങ്ങളും ഇവിടെ ദർശിക്കാം. സീത കേവലമൊരു കൗമാരക്കാരിയാണ്. പക്ഷേ പത്തു വർഷത്തെ നിരന്തരമായ സദ്സംഗങ്ങൾ രാമനോട് ധർമ്മമോതുവാൻ തക്കവിധം അവളെ വളർത്തുന്നുണ്ട്. ഭർത്താവിന്റെ നിഴലിൽ നിൽക്കുമ്പോഴും, സ്വന്തം ഭർത്താവിൽ ധർമ്മഭ്രംശം സംഭവിക്കരുതെന്ന ചിന്ത നമുക്കിവിടെ ദർശിക്കാം.

ഠഠ

അദ്ധ്യായം 13

ആരണ്യകാണ്ഡം
പതിനാലാം സർഗം മുതൽ മുപ്പതു വരെ

(ജടായുവുമായി സഖ്യം ചെയ്യുന്നതും പഞ്ചവടിയിലെ താമസവും, ശൂർപ്പണഖയുടെ വരവും ഖരവധവുമാണ് ഈ അദ്ധ്യായത്തിൽ പ്രതിപാദ്യം)

അഗസ്ത്യാശ്രമത്തിൽ നിന്നും പഞ്ചവടിയിലേക്കുള്ള യാത്രയ്ക്കിടയിൽ രാമൻ, ഭീമ പരാക്രമനും മഹാകായനുമായ ഒരു പരുന്തിനെ കണ്ടു. ഏതോ രാക്ഷസനെന്നു കരുതി ആരു നീ എന്നു ചോദിച്ചു. മറുപടിയായി ആ പക്ഷി സംസാരിച്ചു തുടങ്ങി. 'ദശരഥ മഹാരാജാവിന്റെ മിത്രമായ ജടായുവാണു ഞാൻ. പഞ്ചവടിയിലെ താമസകാലത്തു സീതയ്ക്കു കാവലായ് ഞാനുമുണ്ടാകും. അതിനാൽ ഭയക്കാതെ വേട്ടയാടുവാനും മറ്റും നിങ്ങൾ സഹോദരന്മാർക്കു സഞ്ചരിക്കാം. കശ്യപന്റെയും പത്നി ശുകിയുടെയും പുത്രി നത, അവളുടെ പുത്രി വിനത. ആ വിനതയ്ക്കു രണ്ടു മക്കൾ ഗരുഡനും അരുണനും. അതിൽ അരുണന്റെ മക്കളാണു ഞാനും ജ്യേഷ്ഠനായ സമ്പാതിയും.'

ഇപ്രകാരം സ്വന്തം വംശത്തെക്കുറിച്ചും, ദശരഥ രാജാവുമായുള്ള ബന്ധവും വിശദീകരിച്ച ജടായുവിനെ രാമൻ പുൽകി വണങ്ങി, ഏവരും പഞ്ചവടിയിലേക്കു യാത്രയായി. ഏറെ യാത്ര ചെയ്ത് അവർ പൂമരങ്ങൾ നിറഞ്ഞ പഞ്ചവടിയിലെത്തി. അവിടെ, ജലം ലഭിക്കുന്നതും, ചമതയും, ദർഭയും, പുഷ്പങ്ങളും ലഭിക്കുന്നതും,

വേട്ടയാടുവാൻ പലതരം മൃഗങ്ങളുള്ളതുമായ രമ്യമായ പ്രദേശം കണ്ടെത്തി. രാമ നിർദ്ദേശപ്രകാരം ലക്ഷ്മണൻ അവിടെ മനോഹര മായ പർണ്ണശാല തീർത്തു. ഋതുക്കൾ കടന്നു പോയി. ഏവരെയും കിടുകിടാ തണുപ്പിക്കുന്ന ഹേമന്തം വരവായി. പകലിലെ ഇളം തണുപ്പിൽ പർണ്ണശാലയിൽ വാണ രാമൻ ചിത്രയോടൊത്ത ചന്ദ്ര നെപ്പോലെ തിളങ്ങി.

അങ്ങനെയിരിക്കെ, ഒരു നാൾ രാവണ സോദരിയായ ശൂർപ്പണ ഖ അതുവഴി സഞ്ചരിക്കവേ സുന്ദരഗാത്രനായ രാമനു മേൽ കണ്ണു ടക്കി. അതോടെ കാമബാണമേറ്റവൾ പരവശയായി. ഉടൻ തന്റെ ഭീകരരൂപം മാറ്റി, സുന്ദരരൂപയായി മാറി രാമനു മുന്നിലെത്തി. എന്നാൽ, രാമനോടൊപ്പം ഇരിക്കുന്ന സീതയോട് അവൾക്കു ഈർ ഷ്യ തോന്നി. അവൾ രാമസവിധത്തിലെത്തി ഇപ്രകാരം പറഞ്ഞു, മാനവാ, നിന്റെ സൗന്ദര്യത്തിൽ ഞാൻ മുഗ്ധയായിരിക്കുന്നു. നിന്റെ സമീപത്തുള്ളവളെയും ആ സഹോദരനേയും ഞാനിപ്പോൾ ഭക്ഷ ണമാക്കും. എന്നിട്ട് നിന്നെ എന്റെ ഭർത്താവാക്കും. ശേഷകാലം നമുക്കിരുവർക്കും ലോകം മുഴുവൻ രമിച്ചു നടക്കാം.

അതു കേട്ടു രാമൻ, ലക്ഷ്മണനടുത്തേക്ക് അവളെ പറഞ്ഞു വിട്ടു, 'ലക്ഷ്മണൻ ഒറ്റയ്ക്കാണ്. അതിനാൽ നിന്റെ ഇംഗിതം അവ നെ അറിയിക്കൂ', എന്നു ശൂർപ്പണഖയോടു പറഞ്ഞു. ലക്ഷ്മണനോ, അവളെ പരിഹസിച്ചു വീണ്ടും രാമനടുത്തേക്കു പറഞ്ഞയച്ചു. അങ്ങോട്ടുമിങ്ങോട്ടും തന്നെ തട്ടിക്കളിക്കുകയാണ് ഈ സോദരന്മാർ എന്നു തിരിച്ചറിഞ്ഞ ശൂർപ്പണഖയ്ക്കു സ്വയം അപമാനിതയായി തോന്നി. ഇതോടെ ക്രുദ്ധയായ അവൾ തന്റെ വിശ്വരൂപം കാട്ടി സീതയുടെ നേരെ പാഞ്ഞടുത്തു. അപ്പോൾ അതുവരെ അക്ഷോ ഭ്യനായിരുന്ന രാമൻ, ലക്ഷ്മണനോട് അവളെ വിരൂപയാക്കി വിടു ക എന്നറിയിച്ചു. ലക്ഷ്മണൻ അവളുടെ കാതും മൂക്കും അരിഞ്ഞു വിട്ടു. വ്രണിതയായവൾ ഘോരമായി അലറിക്കൊണ്ട് ചോരയും ഒലിപ്പിച്ച് അവൾ ജനസ്ഥാനെന്ന ദണ്ഡകാരണ്യം ഉൾപ്പെടയുള്ള രാക്ഷസ വിഹാരദേശത്തിന്റെ അധിപനായി വാണരുളുന്ന ഉഗ്രനാ യ സഹോദരൻ ഖരനെ സമീപിച്ചു. അവൾ വൃത്താന്തങ്ങളെല്ലാമറി യിച്ചു.

ഉടൻ തന്നെ ഖരൻ, ആ മനുഷ്യ കീടങ്ങളെ ഹനിക്കുവാനായി

പതിനാലു രാക്ഷസൻമാരെ രാമനു നേരെ അയച്ചു. അവർ ആരെന്നോ എന്തെന്നോ അറിയാതെയും ചിന്തിക്കാതെയും രാമലക്ഷ്മണന്മാർക്കു നേരെ പാഞ്ഞടുത്തു. വൈകാതെ പതിനാലും കാലപുരിയിലെത്തി. അതു കണ്ടു നിന്ന ശൂർപ്പണഖ, വീണ്ടും കോപം പൂണ്ട് തലതല്ലിക്കരഞ്ഞുകൊണ്ടു ഖരനെ സമീപിച്ചു. ഖരൻ അവളെ സമാധാനിപ്പിച്ചു. സ്വയം യുദ്ധത്തിനു പുറപ്പെടുകയാണെന്നറിയിച്ചു. എന്നാൽ അവൻ പുറപ്പെട്ടപ്പോൾ മുതൽ ദുർന്നിമിത്തങ്ങൾ ഘോഷയാത്രയായി ആരംഭിച്ചു. അതിലൊന്നും ഖരൻ പതറിയില്ല. കാലനെപ്പോലും കൊല്ലുവാൻ കെൽപ്പുള്ളവനാണു താനെന്ന് അവൻ വീമ്പിളക്കി.

ഇതേ സമയം ദുർന്നിമിത്തങ്ങൾ കണ്ട രാമൻ ലക്ഷ്മണനോടു പറഞ്ഞു, 'ഹേ വീരാ, സർവ്വരാക്ഷസൻമാരേയും ഉൻമൂലനം ചെയ്യുവാൻ സമയമടുത്തു. നീ സീതയേയും കൂട്ടി പർവ്വതത്തിൽ മരങ്ങളാൽ ചുഴപ്പെട്ട ഗുഹയിൽ അമ്പും വില്ലുമേന്തി പോകുക. ഈ രാക്ഷസന്മാരെ മുഴുവൻ ഞാനിന്നു തന്നെ കാലപുരിയ്ക്കയയ്ക്കും.'

ഖരന്റെ പടപ്പുറപ്പാടു കണ്ട്, ദേവന്മാരും സിദ്ധൻമാരും രാജർഷിമാരും വാനിൽ നിരന്നു. യുദ്ധം ആരംഭിച്ചു. രാമനു നേരെ പാഞ്ഞടുത്ത രാക്ഷസന്മാർ, രാമൻ അമ്പ് തൊടുക്കുന്നത് കാണും മുൻപു ചത്തുമലച്ചു. പടമുടിഞ്ഞതു കണ്ടു പിന്നാലെ രാമനെ നേരിടാൻ വന്ന ദൂഷണനും രാമബാണമേറ്റു വീണു. അടുത്തതായി വന്ന ത്രിശ്ശിരസ്സിനും ഗതി മറ്റൊന്നായില്ല. അതോടെ ഖരനുമായി നേരിട്ടായി യുദ്ധം. ആ ഘോര യുദ്ധത്തിൽ ആദ്യം ഖരനു ഗദ നഷ്ടമായി. പിന്നീട് രാമൻ, ദേവേന്ദ്രൻ നൽകിയ അമ്പ് എയ്ത്, അവന്റെ മാറുതുളച്ചു. അവൻ നിലംപൊത്തി.

ഈ സമയം ആകാശത്തു നിന്നും രാമനു മേൽ പുഷ്പവൃഷ്ടി ഉണ്ടായി. ഒപ്പം, അവിടേക്കു വന്ന അഗസ്ത്യമുനിയും മറ്റും പരമർഷികളും രാമനോട് ഇതിനു വേണ്ടിയാണ് പഞ്ചവടിയിലേക്കു രാമനെ എത്തിച്ചതെന്നും, ദണ്ഡകാരണ്യത്തിൽ ഇനി സമാധാനം വളരുമെന്നും പറഞ്ഞു രാമനെ അനുഗ്രഹിച്ചു. അപ്പോഴേക്കും ലക്ഷ്മണൻ സീതയുമൊത്തു ഗുഹയിൽ നിന്നും പുറത്തു വന്നു രാമനടുത്തെത്തി. സീത ഭർത്താവിനെ ആലിംഗനം ചെയ്തു. ഏവരും സന്തോഷത്തിലാറാടി.

വാല്മീകി രാമായണം

സാരാംശം

ഈ അദ്ധ്യായം ഘോരനായ ഖരന്റെ വധമാണ് പ്രതിപാദിക്കുന്നത്. എന്നാൽ അതിനു കാരണമാകുന്നതു ശൂർപ്പണഖ എന്ന രാവണ സോദരിയുടെ അടങ്ങാത്ത കാമവും കോപവും, അതുണ്ടാക്കുന്ന അപമാനവുമാണെന്നു കാണാം. സീതാസമേതനായ രാമനോടാണവൾ, സീതയെ വിരൂപയെന്നും വൃദ്ധയെന്നും ദുർബലയെന്നുമൊക്കെ അധിക്ഷേപം ചൊരിഞ്ഞ് തന്നെ സ്വീകരിക്കണമെന്ന് അഹങ്കാരത്തോടെ ആവശ്യപ്പെടുന്നത്. സ്വന്തം, കഴിവു പ്രകടമാക്കുവാൻ മുന്നിലുള്ളവരുടെ ഇല്ലാത്ത കുറവ് ഉണ്ടെന്നു സ്ഥാപിക്കുവാൻ ശ്രമിക്കുന്ന ശൂർപ്പണഖയുടെ മനോനില ആധുനിക മനുഷ്യരും പിന്തുടരുന്നുണ്ട്.

പക്ഷേ അവരറിയുന്നില്ല അവരുടെ കാതുകളും നാസികയും ഛേദിക്കപ്പെട്ടാലെന്ന വിധമവർ കാലക്രമത്തിൽ ജനമധ്യത്തിൽ അപമാനിതരാകുമെന്ന്. ഒരു മഹായുദ്ധത്തിന്റെ ആരംഭമാണ് ഇവിടെ കുറിക്കപ്പെടുന്നത്. യുദ്ധ കാരണങ്ങൾ പലവിധത്തിലാണ് രൂപം കൊള്ളുന്നതെന്ന് ഇവിടെ ഓർമ്മപ്പെടുത്തുന്നു.

OO

അദ്ധ്യായം 14

ആരണ്യകാണ്ഡം
മുപ്പത്തൊന്നു മുതൽ നാൽപ്പത്താറു വരെ സർഗം

(മായാമൃഗ ദർശനവും രാവണാഗമനവുമാണ് ഈ അദ്ധ്യായത്തിൽ പ്രതിപാദ്യം.)

ജനസ്ഥാനത്തിന്റെ അധിപനായ ഖരൻ കൊല്ലപ്പെട്ടിരിക്കുന്നു. രക്ഷപ്പെട്ട രാക്ഷസന്മാരിൽ ഒരുത്തനായ അകമ്പനൻ, വേഗം ലങ്കയിലെത്തി രാവണനോടു വിവരങ്ങൾ അറിയിച്ചു. ജനസ്ഥാനമെന്ന, ദണ്ഡകാരണ്യത്തിലെ രാക്ഷസരാജ്യം മുടിഞ്ഞുവെന്നും, ഖരൻ ഇല്ലാതായി എന്നുമറിഞ്ഞ രാവണൻ കണ്ണും തുടുത്തു ദേഷ്യം കൊണ്ടലറി.

'മരണമടുത്ത ആരാണ് എന്റെ ജനസ്ഥാനം മുടിച്ചത്? എനിക്കപ്രിയം ചെയ്ത ഒരുവനും ഇനി ഭൂമിയിൽ ജീവനും കൊണ്ടിരിക്കരുത്.'

ദശഗ്രീവന്റെ ഭാവമാറ്റം കണ്ട് അകമ്പനൻ ഭയത്തോടെ രാവണനെ തന്നെ അഭയം പ്രാപിച്ചു. അവൻ രാമൻ ആരെന്നും എന്തെന്നും വിശദീകരിച്ചു. സോദരൻ ലക്ഷ്മണനൊത്തു വാഴുന്ന രാമൻ കാട്ടിൽ കൊടുംകാറ്റിനും കാട്ടുതീയ്ക്കും സമനെന്നും അറിയിച്ചു. കൂടാതെ സീതയെക്കുറിച്ചും അവൻ രാവണനോടു പറഞ്ഞു. രാവണന്റെ അന്തഃപുരത്തിന് അലങ്കാരമാകേണ്ടവളാണു സീതയെന്ന അവന്റെ പറച്ചിൽ രാവണന്റെ മനസിളക്കി. കൂടാതെ, രാമനെ ഇല്ലാതാക്കുവാനുള്ള ഉപായം സീതയെ അപഹരിക്കലാണെന്നും പറഞ്ഞുവച്ചു. ഒരുനിമിഷം പോലും വൈകാതെ കഴുതകളെ

പൂട്ടിയ രഥത്തിൽ അവൻ ആകാശമാർഗ്ഗത്തിൽ സീതാപഹരണത്തിനായി പുറപ്പെട്ടു.

പോകും വഴി അവൻ താടകാ പുത്രനായ മാരീചന്റെ ആശ്രമത്തിലെത്തി, സീതയെ അപഹരിക്കുവാനും രാമനെ വധിക്കുവാനുമായിപ്പോവുകയാണെന്ന് അറിയിച്ചു. അതു കേട്ടു മാരീചൻ വിറച്ചുകൊണ്ട്, ആരാണീ ദുർബുദ്ധി ഉപദേശിച്ചത് എന്നു ചോദിച്ചു. പിന്നെ ആ യാത്ര തടഞ്ഞു. ഒരു വിധത്തിൽ രാവണനെ സമാധാനിപ്പിച്ചു ലങ്കയിലേക്കു തിരിച്ചയച്ചു.

തിരികെ എത്തിയ രാവണനെക്കാത്തിരുന്നത് ശൂർപ്പണഖയായിരുന്നു. കാതും മൂക്കും ഛേദിക്കപ്പെട്ട്, വിരൂപയായ അവൾ അലമുറയിട്ടു കരഞ്ഞുകൊണ്ട് രാവണ സദസിൽ കടന്നു ചെന്നു. പിന്നെ രാവണനെ നിർദ്ദയം ഭർത്സിച്ചു. ഖരനും മുടിഞ്ഞു, ജനസ്ഥാനവും മുടിഞ്ഞു. സ്വന്തം രാക്ഷസ രാജ്യമാണ് ഇല്ലാതായത് എന്നിട്ടും അനങ്ങാതിരിക്കുന്ന രാജാവ്! അവൾ പുച്ഛിച്ചു. പിന്നെ, രാമന്റെ പത്നി സീതയെന്ന കോമളാംഗി രാവണപത്നിയാകുന്നില്ലെങ്കിൽ അത് രാവണനു അപമാനമാകുമെന്നും ലങ്കയുടെ അന്തപ്പുരത്തിലാണവൾ വാഴേണ്ടതെന്നു നിനച്ച് അവളെ തട്ടിക്കൊണ്ടുവരാൻ ശ്രമിച്ചതിനാണ് തന്നെ വിരൂപയാക്കി അപമാനിച്ചതെന്നും അതിനു പകരം ചോദിക്കാൻ വൈകരുതെന്നും ശൂർപ്പണഖ രാവണനെ ബോധിപ്പിച്ചു.

ഇത്തവണ രാവണൻ ദൃഢനിശ്ചയത്തോടെ കഴുതത്തേരിൽ വിണ്ണേറി മാരീച സവിധത്തിലെത്തി. പിന്നെ, ചിന്തിച്ചു നിൽക്കാതെ, സീതയെ ബലേനെ അപഹരിക്കുവാൻ തന്നെ സഹായിക്കുവാൻ ആവശ്യപ്പെട്ടു. സീതയുടെ മനസ് ചാഞ്ചല്യപ്പെടുത്താൻ മായപ്പൊന്മാനായി അവളുടെ മുന്നിൽ പ്രത്യക്ഷപ്പെടണമെന്നും. മായാ മൃഗത്തെ പിടികൂടാൻ രാമലക്ഷ്മണന്മാർ പുറപ്പെടുമ്പോൾ തനിക്ക് എളുപ്പത്തിൽ സീതാപഹരണം നടത്താനാകുമെന്നും മാരീചനോടു പറഞ്ഞു.

രാമബാണത്തിന്റെ വീര്യം ഒരിക്കലറിഞ്ഞ രാവണനു മുന്നിൽ മാരീചൻ പല തടസ്സവാദങ്ങളും നിരത്തി. പക്ഷേ, മരണമടുത്ത നക്തഞ്ചരന്റെ ആജ്ഞയ്ക്കു മുന്നിൽ പിടിച്ചു നിൽക്കുവാൻ അവ

നായില്ല. അങ്ങനെ, ഞാൻ മാത്രമല്ല അരക്കന്മാർ മുച്ചൂടും രാവണാനിന്നെ പ്രതി മുടിഞ്ഞു കഴിഞ്ഞുവെന്നു പറഞ്ഞു കൊണ്ടവൻ രാവണനൊപ്പം തേരേറി.

രാമാശ്രമത്തിനടുത്ത് അവൻ മായാമൃഗമായി പ്രത്യക്ഷപ്പെട്ടു. രത്നങ്ങൾ പോലെ ശോഭിച്ച പുള്ളികളുള്ള സ്വർണ്ണവർണത്തിലെ ആ പുള്ളിമാൻ പൂജയ്ക്കു പുഷ്പങ്ങളിറുക്കുന്ന സീതയുടെ കണ്ണിൽപ്പെട്ടു. വാഴത്തോപ്പിലൂടെ തത്തിക്കളിച്ചും തുള്ളിക്കളിച്ചും അവൻ സീതയുടെ മനം കവർന്നു എന്നാൽ, വിചിത്ര സുന്ദര മൃഗത്തെക്കണ്ടു വനത്തിലെ മറ്റു കൃഷ്ണമൃഗങ്ങൾ ആപത്തു മുന്നിൽ കണ്ടു പ്രാണനും കൊണ്ടവിടം വിട്ടു പോയി. കാത്തിരിക്കുന്ന അപകടത്തെക്കുറിച്ചു തെല്ലും ബോധവതിയല്ലാത്ത സീത ഇത്ര മനോഹരമായ മാനിനെ തനിക്കു ജീവനോടെയോ അല്ലാതെയോ വേണമെന്നു ശാഠ്യം പിടിച്ചു.

മായാ മൃഗത്തെ കണ്ട മാത്രയിൽ അതു മായാവിയായ മാരീചൻ തന്നെയെന്നു ലക്ഷ്മണൻ ഉറപ്പിച്ചു. എന്നാൽ രാമൻ പറഞ്ഞു,

'ഏതായാലും ഇത്ര ഭംഗിയുള്ള ഒരു മൃഗത്തെ ഞാൻ മുൻപു കണ്ടിട്ടില്ല. സീത ആശ വയ്ക്കുകയും ചെയ്തിരിക്കുന്നു. ഞാനതിനെ പിടികൂടിയിട്ടു വരാം. ഇനി അവൻ മായാവിയായ മാരീചനാണെങ്കിൽ അവന്റെ കഥ ഇതോടെ കഴിയട്ടെ. പക്ഷേ, ഞാൻ പോകുമ്പോൾ സീതയുടെ സുരക്ഷ പ്രധാനമാണ്. നീ ദത്തശ്രദ്ധനായി സീതയ്ക്കു കാവൽ നിൽക്കുക.'

രാമൻ പൊൻപിടിയുള്ള വാളും, വില്ലും രണ്ട് ആവനാഴിയുമെടുത്ത് മായാ മൃഗത്തെ തേടിയിറങ്ങി. രാമനെ കബളിപ്പിച്ചു നടന്ന ആ മൃഗം, ആശ്രമത്തിൽ നിന്നും ഏറെ ദൂരത്തേക്കു രാമനെ എത്തിച്ചു. ഒടുവിൽ ആ മൃഗത്തെ കൊല്ലുക തന്നെയെന്നു നിശ്ചയിച്ചു രാമൻ എയ്ത അമ്പേറ്റ് മാരീചൻ സ്വന്തം രൂപം ധരിച്ചു മരണം ആസന്നമായിട്ടും, ലക്ഷ്മണനെക്കൂടി ആശ്രമത്തിൽ നിന്നകറ്റാൻ 'ഹാ സീതേ... ഹാ... ലക്ഷ്മണാ' എന്നാർത്തു. അതോടെ, ആ രാക്ഷസൻ ചത്തുമലച്ചു. അവന്റെ ആ വിളി കേട്ടു രാമനും വിഷാദം മൂലം കടുത്ത ഭയം ബാധിച്ചു. പൊടുന്നനെ വേറൊരു മാനിനെക്കൊന്നു മാംസവുമായി രാമൻ പെട്ടന്നു തിരികെ ആശ്രമ

ത്തിലേക്കു മടങ്ങി. മായാവിയായ മാരീചന്റെ ആർത്തനാദം അകലെ നിന്നും സീതയും ലക്ഷ്മണനും കേട്ടു. രാമൻ അപകടത്തിൽപ്പെട്ടിരിക്കുവെന്നു സീത തീർച്ചപ്പെടുത്തി. ലക്ഷ്മണനോട് ജ്യേഷ്ഠനെ രക്ഷിക്കുവാനായി വേഗം പോകുവാൻ ആവശ്യപ്പെട്ടു. എന്നാൽ ലക്ഷ്മണനാകട്ടെ അതു മായാവിയായ രാക്ഷസന്റെ വിദ്യയാണെന്നും താൻ പോവുകയില്ലെന്നും അറിയിച്ചു. എന്നാൽ അതോടെ സീത, ലക്ഷ്മണൻ, ഭരതന്റെ ചാരനാണെന്നും രാമനെ വധിച്ചു തന്നെ നേടുവാനാണ് തക്കം പാർത്തിരിക്കുന്നതെന്നും പുലമ്പി. ഇനിയും രാമനെ അന്വേഷിച്ചു പോകാത്ത പക്ഷം ജീവൻ വെടിയുമെന്നും നിലവിളിച്ചു. ഇതു കേട്ടു ലക്ഷ്മണൻ ഇത്തരത്തിൽ ഇല്ലാവചനങ്ങളും പരുഷ വാക്കും പറയുന്ന നശിക്കാറായ നിന്ദ്യയായ നിന്നെ വനദേവതകൾ കാക്കട്ടെ. ഞാനിതാ പോകുന്നുവെന്നു പറഞ്ഞു തിരിഞ്ഞു നോക്കിക്കൊണ്ട് രാമനെത്തേടിയിറങ്ങി.

ലക്ഷ്മണനും ആശ്രമപരിസരത്തു നിന്നും പോയതോടെ രാവണൻ ഒരു ബ്രാഹ്മണ വേഷം ധരിച്ച് സീതയുടെ മുന്നിലെത്തി. സീത രാവണനെ ബ്രാഹ്മണനെന്നു നിനച്ച് യഥാവിധി സ്വീകരിച്ചാനയിച്ച്, ഇരിക്കുവാൻ പീഠവും. കാൽ കഴുകാൻ ജലവും നൽകി ആദരിച്ചു.

സാരാംശം

ഈ പതിനാലാം അദ്ധ്യായം രാമായണ കഥയിലെ വഴിത്തിരിവാണ്. രണ്ടു സ്ത്രീകൾ കഥാഗതിയിൽ വരുത്തുന്ന മാറ്റങ്ങൾ മാത്രമല്ല അവരുടെ മനോവ്യാപാരങ്ങളും ശ്രദ്ധേയം. സീത രാമപത്നിയാണ്. പതിവ്രതയാണ്. രാമനോടൊപ്പമല്ലാതെ വാഴില്ലെന്നു നിശ്ചയിച്ചവളാണ്. സുഭാഷിണിയാണ്. സ്വന്തം പതി ആരെന്നറിയുന്നവളാണ്. എന്നിട്ടും, ഹാ സീതേ, ഹാ ലക്ഷ്മണാ എന്ന ആർത്തനാദം അവളുടെ സ്ഥിരപ്രജ്ഞതയെ ഇല്ലാതാക്കി. നിമിഷ നേരം കൊണ്ട് അതുവരെ മകനെപ്പോലെ കണ്ട ലക്ഷ്മണനോട് പുലമ്പിയ വാക്കുകൾ ഒരു കാലത്തും ക്ഷമിക്കാവുന്നതായിരുന്നില്ല. തൊട്ടടുത്ത നിമിഷം ഭീരുക്കളുടെ സഹജമായ ആത്മഹത്യാ പ്രഖ്യാപനവുമുണ്ടായി. അതോടെ ലക്ഷ്മണൻ ധർമ്മസങ്കടത്തിലായി. സീതയെ കാത്തുകൊള്ളണം എന്ന രാമന്റെ നിർദ്ദേശത്തിനും മുകളിലായി സീതയുടെ പിടിവാശിക്കു മുന്നിൽ നിസ്സഹായനായ ലക്ഷ്മ

ണൻ വേദനയാവുകയാണ്. ഒരു ദുർബുദ്ധി, അനാവശ്യ ഭയം, വിശ്വാസമില്ലായ്മ ഇതു ജീവിതത്തിൽ വരുത്തി വയ്ക്കുന്ന വിനാശങ്ങളാണ് ഇവിടെ ഉയർത്തിക്കാണിക്കുന്നത്. ആധുനിക കാലത്തെ ജീവിതത്തിലും ഇത് ശക്തമായ വിഷയങ്ങളാണ്. ആസക്തിപൂണ്ട് ധാർമ്മിക ബോധം നശിപ്പിക്കുമ്പോൾ യുക്തിഹീനമായി നടത്തുന്ന പെരുമാറ്റത്തെ ഇത് ഓർമ്മിപ്പിക്കുന്നു. ഇത്തരം കാര്യങ്ങളാണ് ഇക്കാലത്ത് നമ്മുടെ ജീവിതവും ഇല്ലാതാക്കുന്നത് എന്ന പാഠം ഈ അദ്ധ്യായത്തിൽ നിന്നും ഉൾക്കൊള്ളാം.

അദ്ധ്യായം പതിനഞ്ച്

ആരണ്യകാണ്ഡം

നാൽപ്പത്തേഴാം സർഗം മുതൽ അറുപത്തിനാലു വരെ.

(സീതാപഹരണവും, ജടായുവിന്റെ ആക്രമണവും, രാമവിലാപവുമാണ് ഈ അദ്ധ്യായത്തിലെ പ്രതിപാദ്യം.)

വന്നിരിക്കുന്ന ബ്രാഹ്മണനെ യഥാവിധി പൂജിച്ച സീതയോട്, 'ആരു നീ കന്യകേ' എന്ന് രാവണൻ ചോദിച്ചു. അതിനു ജനകാത്മജ, ഒന്നു ചിന്തിച്ച ശേഷം വിശദമായി താൻ ജനകന്റെ പുത്രിയായ സീതയാണെന്നും, ദശരഥപുത്രനായ രാമൻ ശൈവചാപം ഒടിച്ചു വീര്യ ശുല്ക്കയായി തന്നെ ധർമ്മപത്നിയാക്കിയെന്നും, പിന്നീട് കൈകേയിയുടെ ആവശ്യപ്രകാരം അച്ഛന്റെ വാക്കുപാലിക്കുവാൻ വനവാസം നടത്തുകയാണെന്നും മറുപടി പറഞ്ഞു. അതിനുശേഷം, അങ്ങീ കൊടുങ്കാട്ടിൽ ഒറ്റക്കു സഞ്ചരിക്കുന്നതെന്ത് എന്നു സീത ചോദിച്ചു. മറുപടിയായി രാവണൻ, താൻ ദേവാസുരമാനുഷ ലോകങ്ങളെ കിടുകിടാ വിറപ്പിക്കുന്ന ദശമുഖൻ, രാവണനാണെന്നറിയിച്ചു. കൂടാതെ സീതയിൽ കാമമുദിക്കയാൽ ഭാര്യയാക്കുവാൻ നിശ്ചയിച്ചു വന്നതാണെന്നും അറിയിച്ചു.

അതുകേട്ടു കോപം കൊണ്ട ജനകജ, രാവണനോട്, 'രാമന്റെ ഭാര്യയായ തന്നോട് ഈ വിധം പറയുവാൻ എങ്ങനെ ധൈര്യം വന്നുവെന്നും, തുണികൊണ്ട്, കത്തിക്കാളുന്ന തീയ് കോരുവാൻ ശ്രമിക്കുന്ന മൂഢനാണു നീ', എന്നും മറുപടി പറഞ്ഞു.

അതുകേട്ടു രാവണൻ തന്റെ ഉലകപ്രതാപം വർണ്ണിച്ചു തുടങ്ങി.

എന്നാൽ, അതിലൊന്നും സീത ലവലേശം കുലുങ്ങിയില്ല. എന്നു മാത്രമല്ല, നിന്റെ അന്ത്യമടുത്തു രാവണാ, എന്നെ തൊട്ടാൽ പിന്നെ അമൃതു സേവിച്ചിട്ടും കാര്യമില്ലെന്നും പറഞ്ഞു. സീതാ വാക്യം കേട്ടതോടെ രാവണൻ വിപ്രരൂപം വെടിഞ്ഞു സ്വന്തം രാക്ഷസരൂപം കൈക്കൊണ്ടു. വാനിൽ ബുധൻ രോഹിണിയെയെന്ന പോലെ സീതയെ പിടികൂടി. ഇടതുകൈ കൊണ്ടു കാർകൂന്തലിലും വലംകൈ കൊണ്ടു തുടകളിലും പിടികൂടി അവന്റെ എളിയിലിരുത്തി. അപ്പോഴേക്കും കഴുതകളെ പൂട്ടിയ തേർ ആകാശത്തു കാണാറായി. അവൻ അതിലേറി വാനിലുയർന്നു.

സീത അഴലിലാണ്ട്, 'രാമാ, രാമാ.. ' എന്നിങ്ങനെ ആർത്തുവിളിച്ചു. 'ഹാ ലക്ഷ്മണാ, മഹാബാഹോ, എന്നെ കാമരൂപിയായ രാക്ഷസൻ അപഹരിക്കുന്നതു നീ കാണുന്നില്ലേ', എന്നു കരഞ്ഞു. 'പൂത്തുലഞ്ഞ കൊന്നമരങ്ങളേ, രാമനെ അറിയിക്കുവിൻ, രാവണൻ സീതയെ അപഹരിച്ചുവെന്ന്...', എന്നവൾ വിലപിച്ചു. ഈ സമയം ഉറക്കത്തിലാണ്ട ജടായുവിനെ സീത കണ്ടു. സീതയുടെ നിലവിളി കേട്ടുണർന്ന ജടായു അപ്പോൾ തന്നെ രാവണരഥത്തിനു മുന്നിൽ പറന്നെത്തി. രാവണനോടു സീതയെ വെറുതേ വിടൂ എന്നു പറഞ്ഞ്, രാവണനെ പോരിനു വിളിച്ചു. 'ഞാൻ വൃദ്ധനായിരിക്കാം എന്നിരുന്നാലും ഞാൻ നോക്കി നിൽക്കെ സീതയുമായി നീ മുന്നോട്ടു പോകില്ല', എന്നു ജടായു പ്രഖ്യാപിച്ചു.

ജടായുവിന്റെ ഈ വാക്കുകൾ കേട്ട് രാക്ഷസരാജാവ് സീതയെ താഴെ നിർത്തി യുദ്ധത്തിനൊരുങ്ങി. ജടായുവിന്റെ ആക്രമണത്തിൽ രാവണന്റെ വില്ലുകൾ ഒന്നൊന്നായി ഒടിക്കപ്പെട്ടു, രാവണരഥം നശിച്ചു, തേരാളിയും കഴുതകളും ചത്തുമലച്ചു. രാവണന്റെ ശരവർഷത്തിനിടയിലും ആ വലിയ പക്ഷി അവന്റെ ശരീരം, കൊക്കു കൊണ്ടും കൂർത്ത നഖങ്ങൾ കൊണ്ടും കീറി മുറിച്ചു. ക്രുദ്ധനായ രാവണൻ, ജടായുവിന്റെ രണ്ടു ചിറകുകളും ഛേദിച്ചു നിലത്തിട്ടു. എന്നിട്ട് മുറിവേറ്റുവീണ ജടായുവിനടുത്തേക്കു വലിയ വായിൽ അലറിക്കൊണ്ടു പാഞ്ഞു ചെന്നു സീതയുടെ മുടിക്കെട്ടിൽ പിടികൂടി വാനിലേക്കുയർന്നു.

വാനിലേക്കുയരുന്ന രാവണനെക്കണ്ട് പേടിച്ചു ജനകനന്ദിനി കോപത്തോടെ രാവണനോടു ചോദിച്ചു, 'നീചാ രാവണാ, നിന

ക്കു നാണമില്ലേ? ഭീരൂ, നീ പേർ ചൊല്ലി പോരാടിയിട്ടല്ലല്ലോ എന്നെ തട്ടിയെടുത്തത്. വിജനത്തിൽ പരനാരിയെ അപഹരിക്കുക! ലജ്ജയില്ലേ നിനക്ക്?' ആരുടേയും സഹായം കിട്ടാതുഴറിയ സീത, ഒരു മലയുടെ മുകളിൽ അഞ്ചു വീരവാനരന്മാരെ കണ്ടു. അവരുടെ നടുവിലേക്ക് തന്റെ ഉത്തരീയവും ആഭരണങ്ങളും ഇട്ടുകൊടുത്തു. അതിവേഗം സഞ്ചരിക്കുന്ന രാവണനതു കണ്ടതുമില്ല.

രാവണൻ സീതയുമൊത്ത് അതിവേഗം ലങ്കയിലെത്തി, അവിടെ ലങ്കയുടെ എല്ലാ പ്രതാപവും അവളെ കാട്ടിക്കൊടുത്തു. പിന്നെപ്പറഞ്ഞു, 'സീതേ, മുപ്പത്തിരണ്ടു കോടി വരുന്ന രാക്ഷസന്മാർക്ക് അധിപനാണു ഞാൻ. എന്റെ ഓരോ കാര്യം നടത്തുവാനും ആയിരം പേരുണ്ട്. എന്റെ അന്തപുരത്തിൽ അനേകം ഉത്തമ സ്ത്രീകളുണ്ട്. അവർക്കൊക്കെ ഈശ്വരിയാകുക നീ. എന്റെ വാക്കു കേൾക്കുക. എന്നിൽ കനിയുക.'

രാവണൻ തുടർന്നു, 'ദേവീ, നിന്റെ ധർമലോപം കൊണ്ടു തോന്നുന്ന ലജ്ജ മതിയാക്കു. ഈ മിന്നുന്ന കാലിണയിൽ ഞാൻ തല മുട്ടിച്ചു കുമ്പിടുന്നു, എന്നിൽ കനിഞ്ഞാലും. മറ്റൊരു നാരിയേയും രാവണൻ ഇമ്മട്ടു വണങ്ങിയിട്ടില്ല.' ഈ വിധം ജനകനന്ദിനിയോടു പറയുമ്പോഴും രാവണൻ കരുതി സീത വശംവദയാകുമെന്ന്.

അതുകേട്ടു സീത, രാവണനോടു പറഞ്ഞു, 'ദശരഥ പുത്രനാം രാമന്റെ കൺമുന്നിൽ വച്ചാണു നീ എന്നെ പിടികൂടാൻ ശ്രമിച്ചതെങ്കിൽ ആ നിമിഷം നിനക്കും ഖരന്റെ ഗതി വന്നു ചേർന്നേനെ. നിനക്കു നാശമടുത്തിരിക്കുന്നു. നീ പറഞ്ഞ ഘോരന്മാരും കരുത്തന്മാരുമായ രാക്ഷസരൊക്കെ രാമനിൽ നിർവിഷങ്ങളാണ്. ഓളങ്ങൾ ഗംഗയുടെ കരകളെ എന്നപോലെ നിന്റെ ശരീരത്തെ തകർക്കും രാമബാണങ്ങൾ.'

ഇതുകേട്ടു രാവണൻ സീതയോട് പറഞ്ഞു, 'മൈഥിലീ, എന്റെ വാക്കു കേൾക്ക്. നിനക്കു ഞാൻ പന്ത്രണ്ടു മാസം തരുന്നു. അതിനുള്ളിൽ നീയെന്നെ പ്രാപിക്കുന്നില്ലെങ്കിൽ പിന്നെ എന്റെ പാചകർ നിന്നെ പ്രാതലിനു വെട്ടി നുറുക്കും.' തുടർന്നു ഘോരരൂപിണികളായ രാക്ഷസികളോട് സീതയെ അശോകവനികയിൽ പാർപ്പിച്ചു മനം മാറ്റുവാൻ ആവശ്യപ്പെട്ടു.

ഇതേ സമയം പഞ്ചവടിയിൽ കപട മൃഗരൂപിയായ മാരീചനെ കൊന്നു രാമൻ വേഗം മടങ്ങിയെത്തി. സീതയെക്കാണുവാൻ വെമ്പൽ പൂണ്ടു മടങ്ങിയ രാമനു ദുർലക്ഷണങ്ങൾ കാണാറായി. അപ്പോൾ മുന്നിലെത്തിയ ലക്ഷ്മണനോട്, സീതയെ ഒറ്റയ്ക്കാക്കിയതു തീരെ ശരിയായില്ലെന്നു രാമൻ കുപിതനാവുകയും ചെയ്തു. അതുകേട്ടു ലക്ഷ്മണൻ, തന്നോടു ദേഷ്യം തോന്നരുതെന്നും സീതയുടെ പരുഷവാക്യം കേട്ടാണു താൻ അപ്രകാരം ചെയ്തതെന്നും ഖിന്നനായി പറഞ്ഞു. ആശ്രമത്തിലും പരിസരത്തിലും രാമനും ലക്ഷ്മണനും സീതയെത്തേടി അലഞ്ഞു. സീതയെ തേടിത്തളർന്ന രാമൻ ആർത്തനായ് കേണു. ലക്ഷ്മണന്റെ വാക്കുകൾക്കു രാമനെ സമാധാനിപ്പിക്കാനായില്ല. ഒടുവിൽ മൃഗങ്ങൾ ഓടി മറഞ്ഞ തെക്കുദിക്കു നോക്കി സീതയെ അന്വേഷിച്ചു നടന്നുതുടങ്ങി. ഞെരിഞ്ഞമർന്ന കാടും, മണ്ണിലെ കനത്ത കാലടിയും കണ്ട് സീതയെ അപഹരിച്ചത് ഒരു രാക്ഷസൻ തന്നെയെന്നുറപ്പിച്ച രാമൻ കോപം കൊണ്ടു വിറച്ചു കൊണ്ട് ശരമെടുത്തു വില്ലിൽ തൊട്ട് ഈവിധം പറഞ്ഞു. 'എപ്രകാരം ജരയും മരണവും കാലനും വിധിയും ലോകത്തിൽ ഒരു ജീവിക്കും ഒരിക്കലും തടയാനാവില്ലയോ, അപ്രകാരം അനിവാര്യനാണ് കോപമാണ്ട ഞാൻ, സംശയമില്ല. തിരിച്ചു തരായ്കിൽ, ദേവഗന്ധർവ്വ മനുഷ്യ പന്നഗലൈയുക്തമായ ജഗത്തിനെ ഞാൻ കീഴ്മേൽ മറിക്കും.'

സാരാംശം

ഈ അധ്യായത്തിൽ കരയുന്ന സീതയും ശോകാർത്തനായ രാമനും നിസ്സഹായനായ ലക്ഷ്മണനെയും കാണാം. സീതയുടെ ലക്ഷ്മണനോടുള്ള പരുഷ വാക്കുകൾക്കുള്ള ഫലം രാവണന്റെ കൈകൾക്കുള്ളിൽ പെടുന്ന നിമിഷം അവൾ തിരിച്ചറിയുന്നുണ്ട്. രാമനും ആപത്തു ശങ്കിക്കുന്നു. ഇതു മുൻകൂട്ടി അറിഞ്ഞതു ലക്ഷ്മണൻ മാത്രമാണ്. ചിലത് അനിവാര്യമാണ്. അതു സംഭവിക്കുവാനുള്ള കാരണം ഒരുക്കപ്പെടുന്നുവെന്നു മാത്രം. ആ കഠിന പാതയിലൂടെ സഞ്ചരിക്കുമ്പോഴും മുറുകെ പിടിക്കുന്ന ധർമ്മമാണു ഒരുവന്റെ ഭാവിക്കു നിദാനം.

൦൦

അധ്യായം 16

ആരണ്യകാണ്ഡം
അറുപത്തഞ്ചു മുതൽ എഴുപത്തഞ്ചു വരെയും
കിഷ്കിന്ധാകാണ്ഡം
ഒന്നു മുതൽ ഏഴുവരെയും സർഗങ്ങൾ

(രാമക്രോധവും സീതാന്വേഷണ ആരംഭവുമാണ് ഈ അദ്ധ്യായത്തിൽ)

സീതയെ കാണാഞ്ഞു ക്രുദ്ധനായി ലോകത്തെ നശിപ്പിക്കാനൊരുങ്ങിയ രാമനെ ലക്ഷ്മണൻ അനുനയിപ്പിച്ചു. 'ഒരിക്കലും അങ്ങ് ഇപ്രകാരം ക്രോധം കൊള്ളരുത്. ഉലകം അങ്ങയെ അഭയം പ്രാപിക്കുമ്പോൾ, അങ്ങ് ഉലകമില്ലാതാക്കുവാൻ പുറപ്പെടുകയാണോ? അങ്ങയെ ഉപദേശിക്കുവാൻ ആർക്കു കഴിയും? ശോകം കൊണ്ടുറങ്ങിപ്പോയ അങ്ങയുടെ ജ്ഞാനത്തെ ഞാൻ ഉണർത്തുക മാത്രമാണു ചെയ്യുന്നത്. ഹേ, രഘൂത്തമ, ശത്രുവധത്തിനു യത്നിച്ചാലും. സർവ്വവും മുടിച്ചിട്ട് എന്തു പ്രയോജനം? ആ വൈരിയെ കണ്ടുപിടിച്ചു നശിപ്പിച്ചാലും.'

ലക്ഷ്മണന്റെ മൊഴികൾ കേട്ടു രാമൻ കോപമടക്കി. പിന്നെ സീതയെ അപഹരിച്ച രാക്ഷസൻ ജനസ്ഥാനത്തു തന്നെ ഉണ്ടാകുമെന്ന ധാരണയിൽ കാടാകെ തിരഞ്ഞു. അപ്പോഴാണ് ജടായുവിനെ രാമൻ കാണുന്നത്. ആദ്യം ജടായുവാണ് സീതയെ അപഹരിച്ചത് എന്നു നിനച്ചുവെങ്കിലും, ചിറകറ്റു വീണു കിടക്കുന്ന ജടായു, രാവണൻ സീതയെ അപഹരിക്കവെ താനുമായി ഉണ്ടായ യുദ്ധ

ത്തെക്കുറിച്ചു പറയുകയും, അവന്റെ തകർന്ന തേരിനേയും, തേരാളിയെയും ആയുധങ്ങളെയും കാട്ടിക്കൊടുക്കുകയും ചെയ്തു. പിന്നെ, രാവണൻ അരിഞ്ഞു വീഴ്ത്തിയ അവന്റെ ചിറകുകളും രാമനു കാട്ടിക്കൊടുത്തു. രാവണനെക്കുറിച്ചും, 'ഹാ രാമാ' എന്നു കരഞ്ഞ സീതയെക്കുറിച്ചും പറഞ്ഞ്, ജടായു ജീവൻ വെടിഞ്ഞു. ജടായുവിനായി ചിതയൊരുക്കി, അതിൽ ദഹിപ്പിച്ച്, ഗോദാവരിയിൽ ഉദകക്രിയയും ചെയ്ത് ഇരുവരും തെക്കു ദിക്കിലേക്കു യാത്ര തുടർന്നു.

ഏറ്റവും ദുർഗ്ഗമവും ഘോരവുമായ പെരുങ്കാട്ടിലൂടെ സഞ്ചരിക്കവെ അയോമുഖി എന്ന രാക്ഷസിയുടെ മുന്നിൽ അവർ പെട്ടു. തന്നെ കടന്നുപിടിച്ച അവളെ ലക്ഷ്മണൻ അംഗച്ഛേദം നടത്തിവിട്ടു. ക്രുദ്ധയായ അവൾ അലറിക്കൊണ്ടു പോകെ, കബന്ധനെന്ന തലയും കാലുമില്ലാത്ത, നീണ്ട കൈകളും വയറിൽ ഒരു കണ്ണും വായുമുള്ള ഒരു സത്വം അവർക്കു മുന്നിൽ പ്രത്യക്ഷനായി. അതിൻന്റെ കൈകളിൽ രാമലക്ഷ്മണന്മാർ പെട്ടു. ഇന്ദ്രന്റെ ശാപം കൊണ്ടു വികൃത ശരീരനായ ആ സത്വത്തിന്റെ ശക്തി കൈകളിലാണെന്നു തിരിച്ചറിഞ്ഞ രാമലക്ഷ്മണന്മാർ അവന്റെ കൈകൾ ഛേദിച്ചു. അതോടെ ശക്തി ക്ഷയിച്ചു ചത്തുമലച്ച അവനെ കുഴിയിൽ ഇട്ടു ദഹിപ്പിച്ചു. അതോടെ ശാപമോക്ഷം ലഭിച്ച കബന്ധൻ, താൻ ശാപമോക്ഷത്തിനായി രാമന്റെ വരവും കാത്തിരിക്കുകയായിരുന്നുവെന്നും, സീതാദേവിയെ ലഭിക്കുവാൻ, ബാലീ സഹോദരൻ സുഗ്രീവനുമായി സന്ധി ചെയ്യുകയാണു മാർഗമെന്നും ഉപദേശിച്ചു. ഒപ്പം പമ്പാതീരത്ത് മാതംഗ വനത്തിനടുത്ത് ഋഷ്യമൂകമെന്ന സ്ഥലത്തു പാർക്കുന്ന സുഗ്രീവനെ കണ്ടെത്തുവാനുള്ള മാർഗ്ഗങ്ങളും പറഞ്ഞുകൊടുത്തു കബന്ധൻ മറഞ്ഞു.

തെക്കുദിക്കുനോക്കി നടന്ന രാമലക്ഷ്മണന്മാർ ഒടുവിൽ പമ്പാതീരത്തു ശബരി ആശ്രമത്തിലെത്തി. ആ സാധ്വിയുടെ ആതിഥ്യം സ്വീകരിച്ച രാമൻ അവരെ അനുഗ്രഹിച്ചു. രാമനെ കണ്ടു ചാരിതാർത്ഥയായ അവർ അഗ്നിയിൽ ശരീരം വെടിഞ്ഞു, സ്വർഗം പ്രാപ്തമാക്കി വിണ്ണിലേക്കുയർന്നു. പിന്നെ രാമലക്ഷ്മണന്മാർ സാധ്വി ശബരിയുടെ നിർദ്ദേശപ്രകാരം പമ്പാ സരസ്സിൽ എത്തിച്ചേർന്നു. നീർക്കോഴി, മയിൽ, മരംകൊത്തി, തത്ത തുടങ്ങിയ പക്ഷികൾ

കൂകുന്നതും, പൂത്തുലഞ്ഞ പലതരം മരങ്ങൾ തിങ്ങിനിറഞ്ഞതുമായ വനം കണ്ട് അവർ നടന്നു. നറുവരിമരം, പുന്നാഗം, അശോകം തുടങ്ങിയവ നിറഞ്ഞ ഉപവനങ്ങളും, പല വല്ലികളാലും വൃക്ഷങ്ങളാലും ചൂഴപ്പെട്ട്, പല നിറമാർന്ന കമ്പിളി പോലുള്ള ആമ്പലുകളും താമരകളും നിറഞ്ഞ പമ്പ കണ്ട് രാമൻ സീതയെ ഓർത്തു ദീനാർത്തനായി.

ആരണ്യകാണ്ഡം സമാപ്തം

****

കിഷ്കിന്ധാകാണ്ഡം ആരംഭം

പമ്പാതീരത്തെ പ്രകൃതി മനോഹാരിതയിൽ രാമൻ സീതയെക്കുറിച്ചോർത്തു കൂടുതൽ വിഷാദിച്ചു. പൂത്തു കായ്ച്ചു നിൽക്കുന്ന മരങ്ങങ്ങളും തെളിനീരുറവകളും ചെറുതാമര പൊയ്കകളും, പക്ഷികളുടെ കൂജനവും ഒക്കെ രാമനിൽ വിരഹ വേദന ശക്തമാക്കി. ഇതേ സമയം ഋഷ്യമൂകത്തിനടുത്തു കൂടി സഞ്ചരിച്ചിരുന്ന രാമലക്ഷ്മണൻമാരെ സുഗ്രീവൻ കണ്ടു. അവർ ബാലിയുടെ ചാരന്മാരാകുമെന്നു ശങ്കിച്ചു വേഗം എല്ലാ വാനന്മാരുമായി ഇക്കാര്യം ചർച്ച ചെയ്തു. ഒപ്പം ഇവർ ആരെന്നും എന്തെന്നും അറിഞ്ഞു വരാൻ ഹനുമാനെ അയക്കുകയും ചെയ്തു. ഹനുമാൻ ബ്രാഹ്മണ വേഷത്തിൽ രാമലക്ഷ്മണന്മാർക്കു മുന്നിൽ പ്രത്യക്ഷനായി. എന്നിട്ട്, അവരുടെ വരവിന്റെ ലക്ഷ്യമെന്തെന്ന് ആരാഞ്ഞു. എല്ലാം വിധിയാം വണ്ണം മനസിലാക്കിക്കഴിഞ്ഞു ബാലിയുടെ കോപമേറ്റു രാജ്യവും ഭാര്യയും നഷ്ടമായി ബാലികേറാമലയായ ഋഷ്യമൂകത്തിൽ ഭയന്നു കഴിയുന്ന സുഗ്രീവനെക്കുറിച്ച് അവരോടു പറഞ്ഞു.

ഇതുകേട്ടു ലക്ഷ്മണൻ തങ്ങൾ തേടിയതു സുഗ്രീവനെയാണെന്നും സന്ധി ചെയ്യുവാൻ ആഗ്രഹമുണ്ടെന്നും അറിയിച്ചു. രാമനിർദ്ദേശപ്രകാരം രണ്ടുപേരേയും ഹനുമാൻ സുഗ്രീവനു മുൻപാകെ എത്തിച്ചു. അവിടെ വച്ച് സുഗ്രീവനു രാജ്യം വീണ്ടെടുത്തു നൽകാൻ സഹായിക്കുമെന്നു രാമനും, സീതയെ കണ്ടെത്തുവാൻ സഹായിക്കുമെന്നു സുഗ്രീവനും സഖ്യം ചെയ്തു. കൂടാതെ, രാവ

ണൻ തട്ടിക്കൊണ്ടു പോകുന്ന സമയം സീത താഴേക്കിട്ട ആഭരണങ്ങളും ഉത്തരീയവും കാട്ടിക്കൊടുക്കുകയും ചെയ്തു. സീതയുടെ ആഭരണങ്ങൾ കണ്ട്, അവ മാറോടു ചേർത്തു രാമൻ പൊട്ടിക്കരഞ്ഞു. ദീനനായ രാമനെ സുഗ്രീവൻ സമാശ്വസിപ്പിച്ചു.

സാരാംശം

രാമൻ ഏറ്റവും ദുർബലനായിക്കാണുന്ന അവസരമാണ് ഈ അദ്ധ്യായത്തിലെ പ്രതിപാദ്യം. തന്റെ പ്രിയപത്നിക്കെന്തു സംഭവിച്ചു എന്ന ആശങ്ക പ്രകടിപ്പിക്കുന്ന രാമനിൽ പത്നീ സ്നേഹം നമുക്കു കാണാം. എന്നിരുന്നാലും മൂകനായി നിൽക്കുന്ന ലക്ഷ്മണനിലേക്കാണ് നമ്മുടെ ശ്രദ്ധ കൂടുതലായി ചെന്നെത്തുക. ജ്യേഷ്ഠൻ വനവാസത്തിനു പോകുന്നുവെന്നറിഞ്ഞ നിമിഷം ഊർമ്മിളയെയോ സ്വന്തം അമ്മ സുമിത്രയെയോ ഓർക്കാതെ രാമനൊപ്പം ഇറങ്ങിത്തിരിക്കുന്നുണ്ട് ലക്ഷ്മണൻ. മാത്രവുമല്ല ഒരു ഘട്ടത്തിൽപ്പോലും പത്നിയെക്കുറിച്ച് ഒരക്ഷരം ലക്ഷ്മണൻ ഉരിയാടുന്നുമില്ല. ഭരതനും ലക്ഷ്മണനും അമ്മമാരും ചിത്രകൂടത്തിലേക്കു വരുമ്പോൾ ഊർമ്മിള കൂടെ വരുന്നതായി പറയുന്നില്ല. ഇവിടെ രാമവിലാപം ഉച്ചത്തിൽ കേൾക്കുന്ന ഒന്നാണെങ്കിൽ, പത്നീ വിരഹം അനുഭവിക്കുക മാത്രമല്ല അമ്മയെപ്പോലെ കരുതുന്ന സീതയിൽ നിന്നു പുറപ്പെട്ട പരുഷവാക്കുകൾ കൊണ്ടുള്ള ആഘാതവും സഹിക്കേണ്ടി വരുന്നുണ്ടു ലക്ഷ്മണന്. അതു മറക്കുവാൻ ലക്ഷ്മണനു ഒരു കാലത്തും സാധ്യമാകുകയില്ല. മനുഷ്യ ജീവിതത്തിൽ നമ്മളറിയാത്ത ഒരു വലിയ കാര്യമുണ്ട്. ചില പ്രത്യേക കാലഘട്ടത്തിൽ നമ്മുടെ വാക്കുകൾ കൊണ്ടു മുറിവേറ്റവരെ നമുക്കു തിരിച്ചറിയുവാനാകില്ല. ശരിയാകാം, ആ സമയത്ത് അതു മാത്രമാകും വഴി. എന്നിരുന്നാലും ആ വാക്കുകളുടെ രൂക്ഷത എന്നെങ്കിലും തിരിച്ചറിഞ്ഞാൽ നമ്മൾ അതിൽ ക്ഷമ ചോദിക്കാൻ തയ്യാറാകണം. അതൊന്നിനും പരിഹാരമാകില്ല എങ്കിൽ കൂടിയും.

൦൦

അദ്ധ്യായം 17

കിഷ്കിന്ധാകാണ്ഡം
എട്ടാം സർഗം മുതൽ ഇരുപത്തഞ്ചുവരെ

(ബാലി - സുഗ്രീവ കഥകളാണ് ഈ അദ്ധ്യായത്തിലെ പ്രതിപാദ്യം)

സുഗ്രീവനും രാമനും സംഖ്യത്തിലേർപ്പെട്ടുകൊണ്ട് സ്വന്തം കഥകൾ പറയവെ രാമൻ, സുഗ്രീവനും ബാലിയുമായുള്ള ശത്രുതയുടെ കാരണമന്വേഷിച്ചു. സുഗ്രീവൻ ആ കഥ പറഞ്ഞു. സുഗ്രീവന്റെ ജ്യേഷ്ഠനാണു ബാലി. അച്ഛൻ മരിച്ചപ്പോൾ മുറപോലെ ബാലിയെ കിഷ്കിന്ധാ അധിപനാക്കി. സുഗ്രീവൻ ദാസനെപ്പോലെ ബാലിയെ സേവിച്ചു വന്നു. ലോകം വെല്ലുന്ന വീരനായിരുന്നു ബാലി. ഒരിക്കൽ ദുന്ദുഭിയുടെ മകനായ മായാവിയുമായി ബാലി, സ്ത്രീ വിഷയത്തിലുണ്ടായ പോരിൽ ഇടഞ്ഞു. അതിൽ തോറ്റ മായാവി, തക്കം പാർത്തിരുന്ന്, ഒരു ദിവസം രാത്രി ഏവരും ഉറങ്ങിക്കിടക്കുമ്പോൾ വന്നു ബാലിയെ പോരിനു വിളിച്ചു. എല്ലാവരുടെയും അപേക്ഷ തള്ളി, ബാലി ആ രാത്രി തന്നെ ആ മായാവിയുടെ പിന്നാലെ ചെന്നു. ഒപ്പം സുഗ്രീവനും. മായാവി ഒരു ഗുഹയ്ക്കുള്ളിലേക്ക് ഓടിക്കയറി. അവിടെ എത്തിയ സുഗ്രീവനോട് ഗുഹയ്ക്കു പുറത്തുകാവൽ നിൽക്കുവാൻ ആവശ്യപ്പെട്ട്, ബാലി അകത്തേയ്ക്കു പ്രവേശിച്ചു.

ഒരു വർഷം കഴിഞ്ഞു. ഒടുവിൽ ആ ഗുഹയിൽ നിന്നു മായാവിയുടെ അട്ടഹാസങ്ങൾ കേൾക്കുകയും പതഞ്ഞ ചോര പുറ

ത്തേക്ക് ഒഴുകുകയും ചെയ്തു തുടങ്ങി. മായാവിയാൽ ബാലി വധിക്കപ്പെട്ടു എന്നു നിനച്ച് സുഗ്രീവൻ, മായാവി പുറത്തേക്കു വരരുത് എന്നു നിശ്ചയിച്ച് ആ ഗുഹാമുഖം വലിയ പാറകൊണ്ടടച്ചു കൊട്ടാരത്തിലേക്കു വന്നു. മന്ത്രിമാരും ബാലി മരണപ്പെട്ടുവെന്നു കരുതി സുഗ്രീവനെ രാജാവാക്കി. എന്നാൽ, കുറച്ചുകാലം കഴിഞ്ഞപ്പോൾ ബാലി തിരികെ വന്നു. സുഗ്രീവൻ പറഞ്ഞതൊന്നും കേൾക്കുവാൻ ബാലി കൂട്ടാക്കിയില്ല. മായാവിയെ കൊന്ന ബാലിയെ ആ വലിയ ഗുഹയിൽ അടച്ചു കൊല്ലാൻ സുഗ്രീവൻ ശ്രമിച്ചു എന്നു ബാലി വിശ്വസിച്ചു. അതിനാൽ, സഹോദരൻ തന്നെ വഞ്ചിച്ചു എന്നു പറഞ്ഞു രാജ്യത്തു നിന്നു പുറത്താക്കി. സഹോദരനായ സുഗ്രീവന്റെ പത്നി രുമയെ സ്വന്തമാക്കി.

അങ്ങനെ രാജ്യവും ഭാര്യയും നഷ്ടപ്പെട്ട് ഹതാശനായ സുഗ്രീവൻ ബാലിക്കു ശാപം കിട്ടിയ ഋഷ്യമൂകം എന്ന മലയിൽ നാലു സചിവരോടൊത്തു പാർത്തു വരികയാണ്. ഈ കഥ കേട്ട രാമൻ, സുഗ്രീവനെ സഹായിക്കാമെന്നു വാക്കു കൊടുത്തു. എന്നാൽ, രാമന് ബാലിയെ വധിക്കാനാകുമോ എന്ന കാര്യത്തിൽ സുഗ്രീവനു സംശയമുണ്ടായിരുന്നു. പണ്ടു ദുന്ദുഭി എന്ന രാക്ഷസൻ പോത്തിന്റെ രൂപമെടുത്തു സാഗരത്തെയും, ഹിമവാനെയും വെല്ലുവിളിച്ചിരുന്ന കഥ സുഗ്രീവൻ രാമനോടു പറഞ്ഞു. അന്ന് ദുന്ദുഭിയെ നേരിടാൻ ഭൂമിയിൽ ബാലി മാത്രമേ ഉള്ളൂ എന്ന് ഹിമവാൻ അറിയിച്ചു. ദുന്ദുഭി ബാലിയെ പോരിനു വിളിച്ചു. ബാലിയുമായുള്ള ഏറ്റുമുട്ടലിൽ ദുന്ദുഭി ചത്തുമലച്ചു. അവന്റെ കുന്നോളം പോന്ന ശരീരം ബാലി, കാലിന്റെ തള്ളവിരൽ കൊണ്ടു തോണ്ടി ദൂരേക്ക് പറപ്പിച്ചു. ആ സമയം അവന്റെ പിണത്തിൽ നിന്നു തെറിച്ച ചോരത്തുള്ളികൾ മാതംഗാശ്രമത്തെ മലിനപ്പെടുത്തി. ഇതു കണ്ടു മാതംഗ മുനി, ആശ്രമം അശുദ്ധപ്പെടുത്തിയ ബാലിയോ കിങ്കരന്മാരോ ആശ്രമത്തിൽ കടന്നാൽ കല്ലായിപ്പോകുമെന്നു ശപിച്ചു. ആ ശാപം പേടിച്ച് ബാലിയും കൂട്ടരും ഋഷ്യ മൂകത്തേക്കു കടക്കില്ല. അതിനാലാണ് സുഗ്രീവനും നാലു സചിവരും അവിടെ ഒളിച്ചു താമസിച്ചു വന്നത്.

എന്നാൽ, ഇത്രയും ബലവാനായ ബാലിയെ രാമൻ എപ്രകാരം വധിക്കും എന്ന കാര്യത്തിൽ സുഗ്രീവനു സംശയമുണ്ടായിരുന്നു.

അവൻ മാതംഗാശ്രമത്തിൽ ഒരു കുന്നുപോലെ കിടന്ന ദുന്ദുഭിയുടെ എല്ലിൻ കൂട് കാണിച്ചു കൊടുത്തു. അതു കാലിന്റെ പെരുവിരൽ കൊണ്ട് പത്തു വിരൽപ്പാടു നീക്കാമോ എന്നു ചോദിച്ചു. രാമനതു തള്ള വിരൽ കൊണ്ടു ഇരുന്നൂറു യോജന തോണ്ടി എറിഞ്ഞു. എന്നിട്ടും സുഗ്രീവനു വിശ്വാസം വരായ്കയാൽ രാമൻ, ബാലി ഒറ്റ അമ്പു കൊണ്ടു തുളച്ചിരുന്ന സാല മരങ്ങൾ ഏഴെണ്ണം ഒറ്റ അമ്പു കൊണ്ടു തുളച്ചുകാട്ടി. അതോടെ, സുഗ്രീവനു വിശ്വാസമായി. ബാലിയുമായി പോരിനുള്ള സമയം ആഗതമായിരിക്കുന്നുവെന്ന് അവനു തീർച്ചയായി. അവൻ ബലിയെ പോരിനു വിളിച്ചു. പക്ഷേ, കാണാൻ ഒന്നു പോലിരിക്കുന്ന ബാലിസുഗ്രീവന്മാരെ പോരിനിടയിൽ വേറിട്ടു തിരിച്ചറിയാനാകാതെ രാമൻ കുഴഞ്ഞു. ഒടുവിൽ തോറ്റു തിരിഞ്ഞോടിയ സുഗ്രീവൻ ഋഷ്യ മൂകത്തിലെത്തി. രാമൻ തന്നെ കൊലയ്ക്കു കൊടുക്കുമെന്നു പരിവേദിച്ചു.

രാമൻ എന്തുകൊണ്ടാണു തനിക്കു ബാലിയെ വധിക്കാൻ സാധിക്കാത്തത് എന്നു വിശദീകരിച്ചു. പരിഹാരമായി രാമ നിർദ്ദേശ പ്രകാരം ലക്ഷ്മണൻ ഗജപുഷ്പി കൊണ്ടുണ്ടാക്കിയ മാല സുഗ്രീവനു നൽകി. അതും ധരിച്ചവൻ വീണ്ടും ബാലിയെ പോരിനു വിളിച്ചു. ഇക്കുറി താര ബാലിയോടു പോരിനിറങ്ങരുത് എന്ന് അപേക്ഷിച്ചു. രണ്ടാമതും പോരിനു വന്നുവെങ്കിൽ അവനു പിന്നിൽ ശക്തമായ ആരെങ്കിലും ഉണ്ടാകും. അതിൽ ചതിവു പറ്റും എന്നുമറിയിച്ചു. എന്നാലതു കേൾക്കുവാൻ ബാലി കൂട്ടാക്കിയില്ല. രണ്ടാമതു നടന്ന യുദ്ധത്തിൽ സുഗ്രീവൻ തളർന്നു തുടങ്ങിയ ഘട്ടത്തിൽ രാമനെയ്ത അമ്പേറ്റ് ബാലി നിലം പതിച്ചു. വീണു കിടക്കുന്ന ബാലിയുടെ അടുത്തേക്കു രാമലക്ഷ്മണന്മാരെത്തി. അവരെക്കണ്ട ബാലി, രാമനു നേരിട്ടു ശത്രുത ഇല്ലാതിരുന്നിട്ടും എന്തിനു വേണ്ടിയാണു തനിക്കു നേരെ അമ്പെയ്തത് എന്നു ചോദിച്ചു. ഇതു കേട്ടു രാമൻ ബാലിയോടു ചില കാര്യങ്ങൾ ബോധ്യപ്പെടുത്തി.

ജ്യേഷ്ഠ സഹോദരൻ, പിതാവ്, വിദ്യാദാതാവ് എന്നിവർ സ്ത്രീക്ക് പിതാവിന്റെ സ്ഥാനത്താണുള്ളത്. അനുജനെ പുത്രനെന്നും കരുതണം. ബാലി, സഹോദരപത്നിയെ പുത്രിയായി കാണുന്നതിനു പകരം ഭാര്യയാക്കി. അത്തരം ധർമ്മഭ്രംശത്തിനു മരണമാണു ശിക്ഷ. പിന്നെ, മനുഷ്യർ മൃഗങ്ങളെ വേട്ടയാടുന്നതും പതിവു

തന്നെ. ആ അർത്ഥത്തിലും രാമനു പിഴവു പറ്റിയിട്ടില്ല എന്നു ബാലിയെ ബോധിപ്പിച്ചു. തുടർന്ന് ബാലിയുടെ ഭാര്യ താര അലമുറയിട്ടു കൊണ്ട് ബാലിയുടെ അടുത്തെത്തി. അവൾക്കു സങ്കടം അടക്കുവാനായില്ല. അവളെ ഹനുമാൻ സമാധാനിപ്പിക്കുവാൻ ശ്രമിച്ചു. ഇതിനിടയിൽ ബാലി, അംഗദനെ ചേർത്തു പിടിച്ചു കൊണ്ടു സുഗ്രീവനെ അനുസരിക്കണമെന്ന് ഉപദേശിച്ചു. കൂടാതെ ബാലി അണിഞ്ഞിരുന്ന ഇന്ദ്രൻ നൽകിയ അതിവിശിഷ്ടമായ രത്നഹാരം സുഗ്രീവനു നൽകി. പിന്നെ ബാലി കണ്ണുകളടച്ചു.

ബാലിയുടെ മരണം കണ്ട താര ഭർത്താവിന്റെ മുഖം മുകർന്നു കൊണ്ട് ഓരോന്നു പറഞ്ഞു വിലപിച്ചു കൊണ്ടിരുന്നു. പിന്നെ കിഷ്കിന്ധാവാസികൾ രാമ നിർദ്ദേശപ്രകാരം ബാലിക്ക് ഉദകക്രിയകൾ ചെയ്തു. ശേഷം ലക്ഷ്മണനോടൊത്തു സുഗ്രീവൻ രാമന്റെ അടുത്തെത്തി.

സാരാംശം

രാമായണത്തിൽ ധർമ്മമൂർത്തിയായ രാമനു നേരെ വായനക്കാരന്റെ നെറ്റി ചുളിയുന്ന ആദ്യ സന്ദർഭം ഈ അദ്ധ്യായത്തിലുണ്ട്. കാരണം ബാലി വധം തന്നെയാണ്. സുഗ്രീവനുമായി യുദ്ധം ചെയ്യുമ്പോൾ മറഞ്ഞിരുന്നു ബാലിയുടെ മാറു പിളർക്കുന്ന രാമൻ. രാമൻ ആ പ്രവർത്തിച്ചത് ശരിയോ തെറ്റോ? ഉത്തമപുരുഷനു നേർക്ക് വിമർശകർ എയ്യുന്ന ആദ്യ ശരം ഈ സന്ദർഭത്തിലാണ് സംഭവിക്കുന്നത്. അവർ പറയുന്ന കാരണങ്ങൾ നോക്കാം. ബാലിയും രാമനും തമ്മിൽ ശത്രുതയില്ല. രാവണനെ കീഴടക്കുവാൻ സാധിച്ചതു പരമേശ്വരനും പിന്നെ ബാലിക്കും മാത്രമാണ്. സന്ധ്യാവന്ദന വേളയിൽ ബാലിയുടെ വാലിൽ തൂങ്ങാൻ പോയ രാവണനെ നാലു സമുദ്രത്തിലും മുക്കിയെടുത്ത കഥ വിഖ്യാതമാണ്. സുഗ്രീവനെക്കാൾ പോരിൽ മുമ്പൻ ബാലിയാണ്. ഇനി ഇറച്ചിക്കു വേണ്ടി വേട്ടയാടിയതാണെങ്കിൽ, കുരങ്ങുകളെ മാംസത്തിനായി വേട്ടയാടുക പതിവില്ല. ഇവയുടെ മറുപടി ഇതാണ്. രാമൻ ആദ്യം സഖ്യം ചെയ്യുന്നത് സുഗ്രീവനുമായാണ്.

അങ്ങനെ സുഗ്രീവശത്രു രാമന്റെയും ശത്രുവാകുന്നു. ബാലി സുഗ്രീവനെ ഓടിച്ച ശേഷം സുഗ്രീവ ഭാര്യ രുമയെ ജീവിത പങ്കാ

ളിയാക്കുന്നു. അനുജനെ മകനായി കാണേണ്ട സമയത്ത് അവനെ ഓടിച്ചു വിട്ട് അവന്റെ ഭാര്യയെ പ്രാപിച്ചാൽ മരണമാണു ദണ്ഡം. മൂന്നാമതായി ക്ഷത്രിയന്മാർക്ക് ഏതു മൃഗങ്ങളെയും വേട്ടയാടാം. ഇത്രയുമാണ് ബാലിവധത്തിനുള്ള ന്യായങ്ങൾ.

ബാലിയുടെയും സുഗ്രീവന്റെയും കഥ പഠിക്കുന്നത് കാലികപ്രസക്തമാണ്. കുടുംബബന്ധങ്ങളുടെ പവിത്രത നിലനിർത്തുന്നതിനെ ഇതു ചൂണ്ടിക്കാണിക്കുന്നു. ധർമ്മവും നീതിയും നിലനിൽക്കുന്നില്ലെങ്കിൽ മരണം തന്നെ ശിക്ഷ എന്ന് അടിവരയിടുന്നു. അതുകൊണ്ട് ഇവിടെ രാമനീതിയെക്കുറിച്ച് സംശയിക്കേണ്ടതില്ലെന്നു ആദികവിയും പണ്ഡിതശ്രേഷ്ഠന്മാരും വ്യക്തമാക്കുന്നു.

ഠഠ

അദ്ധ്യായം പതിനെട്ട്

കിഷ്കിന്ധാകാണ്ഡം

ഇരുപത്താറു മുതൽ നാൽപ്പത്തിരണ്ടാം സർഗം വരെ

(സുഗ്രീവ പട്ടാഭിഷേകവും, സീതയെ തേടുവാനുള്ള വാനര സേനാ വിന്യാസവുമാണ് ഈ അദ്ധ്യായത്തിൽ)

ബാലിയുടെ സംസ്കാരവും ഉദകക്രിയയും വേണ്ട വിധം കഴിഞ്ഞു. ഇനി വേണ്ടത് കിഷ്കിന്ധയ്ക്ക് അധിപനുണ്ടാവുക എന്നതാണ്. അങ്ങനെ കിഷ്കിന്ധാധിപനായി സുഗ്രീവനെ നിശ്ചയിച്ചു. പട്ടാഭിഷേകത്തിനായി രാമലക്ഷ്മണന്മാരെ ക്ഷണിച്ചുവെങ്കിലും പതിനാലു വർഷം വനവാസം എന്നതിൽ നിന്നു പിന്മാറുവാനാകില്ല എന്നു പറഞ്ഞു രാമൻ ആ ആതിഥ്യം കൈക്കൊണ്ടില്ല. രാമന്റെ അനുഗ്രഹാശിസ്സുകളോടെ സുഗ്രീവാഭിഷേകം യഥാവിധി നടന്നു. ഏവരും ഹർഷപുളകിതരായി. അഭിഷേകം കഴിഞ്ഞതോടെ രാമൻ ലക്ഷ്മണനോടൊത്ത് പ്രസ്രവണാചലത്തിലേക്കു പോന്നു. അവിടെ വലിയൊരു ഗുഹയിൽ അവർ പാർത്തു തുടങ്ങി. അതീവ രമണീയമായ ആ ദിക്കിൽ, രാമൻ ഓരോ നിമിഷവും സീതാ വിരഹത്തിൽ വേദനിച്ചു.

മഴക്കാലം മാറി, ശരത്കാലം അനുകൂലമാകുമ്പോൾ രാവണവധം നടത്തി സീതയെ വീണ്ടെടുക്കാമെന്നു ലക്ഷ്മണൻ രാമനെ സാന്ത്വനിപ്പിച്ചു. പിന്നെ കൊടികുത്തിയ മഴയുമായി വർഷകാലമെത്തി. മുകിൽ കൊണ്ടു മാനം മൂടി, സൂര്യദർശനം സാധിക്കാതെ, പുഴകൾ വലിയ നീർച്ചാലുകൾ ഒഴുക്കിക്കൊണ്ടും വർഷ കാലത്തു കുളിരണിഞ്ഞു. ഈ വിശ്രമ കാലം സുഗ്രീവൻ പത്നിമാരോ

ടൊത്തു മദിച്ചു. രാജ്യകാര്യങ്ങൾ ശ്രദ്ധിക്കാതെ, മദിച്ചു ജീവിച്ച സുഗ്രീവനോടു പക്ഷേ, മാരുതി, വർഷകാലം കഴിയുകയാണെന്നും, സീതാന്വേഷണത്തിനായി വേണ്ടതു ചെയ്യാൻ വൈകുകയാണെന്നും അറിയിച്ചു. അതിനു വേണ്ട ഏർപ്പാടുകൾ ചെയ്യുവാൻ സുഗ്രീവൻ ഉത്തരവിട്ടു. പതിനഞ്ചു നാൾക്കകം എല്ലാ വാനരന്മാരും കൊട്ടാരത്തിൽ എത്തിച്ചേരണമെന്ന് രാജാനുശാസനം നൽകപ്പെട്ടു. മഴക്കാലമൊഴിഞ്ഞു. ഏഴിലം പാലപ്പൂക്കളിലും അർക്കേന്ദു താരകളുടെ രശ്മികളിലും കൊമ്പനാനകളുടെ കേളികളിലും കാന്തി പകുത്തു കൊണ്ടു ശരതകാലം വന്നെത്തി. കുറിഞ്ഞിയും വേട്ടയും പൂത്തതും മത്താർന്ന വണ്ടുകൾ മുരളുന്നതുമായ വനങ്ങളിൽ വില്ലേന്തി കടുത്ത ദണ്ഡമേകിക്കൊണ്ട് കാമൻ പ്രത്യക്ഷനായി.

എന്നാൽ നാടു നഷ്ടപ്പെട്ട്, കാട്ടിലകപ്പെട്ട് കാന്തയെ പിരിഞ്ഞ് അഴലുന്ന രാമൻ, സുഗ്രീവൻ തന്നോട് കനിവു കാട്ടുന്നില്ലെന്നു കരുതി. അതോടെ ലക്ഷ്മണൻ, രാമദൂതുമായി കിഷ്കിന്ധയിലെത്തി. ആളുന്ന തീ പോലെ വരുന്ന കോപിയായ ലക്ഷ്മണനെക്കണ്ടു ഹനുമാൻ സുഗ്രീവനെ കാര്യം ധരിപ്പിച്ചു. പിന്നെ താരയെ ലക്ഷ്മണ കോപം തണുപ്പിക്കാൻ നിയോഗിച്ചു. അവൾ, മധുരമൊഴിയായി ലക്ഷ്മണനോട് വാനരസേനകൾ വന്നണഞ്ഞു കഴിഞ്ഞുവെന്നും, പൊതുവേ ചഞ്ചലരായ കപികളോടു ക്ഷമിക്കണമെന്നും അപേക്ഷിച്ച് ഉപചരിച്ചു ലക്ഷ്മണനെ സുഗ്രീവനടുത്തേക്ക് എത്തിച്ചു. സുഗ്രീവൻ, കോപത്താൽ ജ്വലിക്കുന്ന ലക്ഷ്മണനോട് താഴ്മയായി സംസാരിച്ച് രാമസന്ദേശം കേട്ട്, ഉടൻ തന്നെ സീതയെത്തേടി വാനരർ സഞ്ചാരം തുടരുകയാണെന്നറിച്ചു. അങ്ങനെ കോപം ശമിച്ച ലക്ഷ്മണൻ ജ്യേഷ്ഠനടുത്തേക്കു യാത്രയായി.

താമസംവിനാ കിഷ്കിന്ധയിൽ വാനരർ വന്നു നിറഞ്ഞു. നാലു ദിക്കിലേക്കും പ്രമുഖ വാനരരെയും അനേക സംഘം അനുയായികളേയും അരചൻ സീതയെ കണ്ടെത്താൻ ആജ്ഞാപിച്ച് അയച്ചു.

സാരാംശം

സൗഹൃദത്തിന്റെ കഥയാണു കിഷ്കിന്ധാകാണ്ഡം. ഒരു സൗഹൃദം ആരംഭിക്കുന്നതും, അതിന്റെ വികാസവും ഈ കാണ്ഡ

ത്തിൽ കാണാം. ഇവിടെ ശത്രുവായ ജ്യേഷ്ഠനെ വധിച്ചു കിഷ്കിന്ധാധിപനായ സുഗ്രീവൻ വിഷയസുഖത്തിൽ അഭിരമിച്ചു മദ്യത്തിൽ മുങ്ങി രാജ്യകാര്യങ്ങൾ വരെ സചിവരെ ഏൽപ്പിച്ച് മത്തനായി കണ്ണു ചുവന്നു രതിരസത്തിൽ ആറാടി സ്വയം മറക്കുന്നതു കാണാം. ഇവിടെ അതിനു സാധൂകരണമുണ്ട്. എന്തെന്നാൽ അവൻ കപിയാണ്, ചഞ്ചലചിത്തനായ മർക്കടനാണ്. എന്നാൽ, രാമനോ! സീതാ വിരഹത്തിൽ അനുദിനം തപിച്ചു ഹതാശനായി നിലകൊള്ളുകയും ചെയ്യുന്നു. ഇവിടെ, രാമനെ ഓർക്കുന്ന ഏക വാനരൻ ഹനുമാനാണ്. ലക്ഷ്മണന്റെ വരവിനു മുന്നേ അതു കണ്ടെത്താൻ ഹനുമാനു സാധിക്കുന്നുണ്ട്. അതിനാൽ ലക്ഷ്മണൻ നൽകുന്ന മുന്നറിയിപ്പിൽ സുഗ്രീവനു പെട്ടെന്നുണർന്നു പ്രവർത്തിക്കാനുമാകുന്നു. താരയെന്ന സ്ത്രീരത്നം തന്നാലാവും വിധം സുഗ്രീവനെ സംരക്ഷിക്കുന്നു. ഫലം സീതാന്വേഷണത്തിനു തുടക്കമാകുന്നു.

oo

അദ്ധ്യായം പത്തൊമ്പത്

കിഷ്കിന്ധാകാണ്ഡം
നാൽപ്പത്തിമൂന്നു മുതൽ അറുപത്തിയേഴാം സർഗം വരെ

(സീതയെ തേടുന്നതും ഒടുവിൽ സമ്പാതിയെ കാണുന്നതു മാണ് ഈ അദ്ധ്യായത്തിൽ)

സുഗ്രീവാനുശാസന പ്രകാരം വാനരപ്രമുഖർ നാലു ദിക്കുകളി ലേക്കും സീതയെ അന്വേഷിച്ചു നടപ്പായി. ഏവരിലും സുഗ്രീവനു വിശ്വാസം ഹനുമാനിൽ ആയിരുന്നു. ആയതിനാൽ സീതയെ കണ്ടെത്തുക എന്ന ഉത്തരവാദിത്വം ഹനുമാൻ തന്നെ വേണ്ട വിധം നടത്തണമെന്ന് സുഗ്രീവൻ ആവശ്യപ്പെട്ടു. ഒപ്പം രാമൻ തന്റെ അംഗുലീയം ഹനുമാനു നൽകി, അതു സീതയെക്കണ്ടാൽ അട യാളമായി കാണിക്കുവാൻ ആവശ്യപ്പെട്ടു. ആ വാനരോത്തമൻ അതു സ്വീകരിച്ചു ജനകപുത്രിയെത്തേടി പെരുത്ത സേനയോടൊ ത്തു യാത്ര തുടങ്ങി.

നാലുപാടും അന്വേഷണം തുടങ്ങിയ വാനര വീരന്മാർ ഓരോ ദിക്കുകളിൽ നിന്നും നിരാശരായി മടങ്ങി വന്നു തുടങ്ങി. അംഗദ നോടൊത്തു തെക്കു ദിക്കിലേക്കു യാത്രയാരംഭിച്ച ഹനുമാനും സംഘവും കാടായ കാടൊക്കെ അരിച്ചുപെറുക്കി നിരാശരായി. ഗജൻ, ഗവാക്ഷൻ, ഗവയൻ, ശരഭൻ, ഗന്ധമാദനൻ, മൈന്ദൻ, ദ്വിവി ദൻ, ജാംബവാൻ, യുവരാജാവ് അംഗദൻ, വനവാസി താരൻ, പിന്നെ ഹനുമാൻ ഇവർ നയിക്കുന്ന പട, ഒടുവിലൊരു വലിയ ഗുഹാമുഖത്ത് എത്തിച്ചേർന്നു. ഏവരും അതിൽ പ്രവേശിച്ചു. കുറേ നടന്ന് ഒടുവിൽ ഒരു വെളിച്ചം കണ്ടെത്തി. സ്വപ്ന സദൃശ

ങ്ങളായ താമരപ്പൊയ്കകളും, ഹംസങ്ങളും, പലതരം ഭക്ഷണ പദാർത്ഥങ്ങളും ഒക്കെ ഉണ്ടായ അവിടെ ഒരു താപസിയെ കണ്ടെത്തി. അവരാണ് സ്വയം പ്രഭ. അവർ ആ ഗുഹയുടെ കഥ പറഞ്ഞു. ദാനവ ശില്പിയായ മയൻ പണിതതാണ് ഈ ഗുഹയിലെ ഭവനം. മയൻ ഹേമയെന്ന അപ്സരസിൽ മോഹിതനായി. അതറിഞ്ഞ ഇന്ദ്രൻ മയനെ വധിച്ചു. എന്നിട്ട് മയൻ പണിത കൊട്ടാരം ഹേമയ്ക്കു നൽകി. ഹേമയുടെ ഈ ഭവനം മേരുസാവർണ്ണിയുടെ മകളായ സ്വയംപ്രഭ എന്ന പേരായ അവർ കാത്തുരക്ഷിക്കുന്നു. അവർ പാനോപചാരങ്ങൾ നൽകി ഏവരേയും സ്വീകരിച്ചു. കാലം കടന്നു പോകുന്നത് ആരുമറിഞ്ഞില്ല. സുഗ്രീവൻ നൽകിയ ഒരു മാസ സമയം ഗുഹയിൽ അവസാനിച്ചു കഴിഞ്ഞു. സീതയെ കണ്ടെത്താതെ തിരിച്ചു സുഗ്രീവനടുത്തേക്കു തിരിച്ചു പോയാൽ മരണ ദണ്ഡമാണു കാത്തിരിക്കുന്നത്.

ഒന്നുകിൽ സ്വയംപ്രഭ കാക്കുന്ന ബലത്തിൽ മറ്റുള്ളവരിൽ നിന്നും മറഞ്ഞു ജീവിക്കുക. അല്ലെങ്കിൽ പ്രാണ ത്യാഗം ചെയ്യുക. നീണ്ട ചർച്ചകൾക്കും തർക്കങ്ങൾക്കുമൊടുവിൽ ദണ്ഡമേറ്റു മരിക്കുന്നതിലും നല്ലത് സ്വയം ജീവത്യാഗം ചെയ്യുന്നതാണ് എന്നു നിശ്ചയിച്ച് ഏവരും ദക്ഷിണ കടൽത്തീരത്തു തെക്കോട്ടു തല വച്ചു കിടന്നു മരിക്കുവാൻ നിശ്ചയിച്ചു. ഈ സമയം കടൽത്തീരത്തോടു ചേർന്ന പർവ്വത പ്രദേശത്തു ജടായുവിന്റെ ജ്യേഷ്ഠൻ സമ്പാതി വാർദ്ധക്യം കൊണ്ട് അവശനായി, പറക്കുവാനാകാതെ വല്ലപ്പോഴും മുന്നിൽ കിട്ടുന്ന ഇരകളെ ഭക്ഷിച്ചു ജീവിച്ചു വന്നിരുന്നു. കടൽത്തീരത്തു നിരന്നു കിടക്കുന്ന കുരങ്ങന്മാരെക്കണ്ട് സമ്പാതിക്ക് അതിശയമായി. അവൻ കാതോർത്തു. ഹനുമാൻ തങ്ങൾക്കു വന്നു പെട്ട ദുര്യോഗവും ജടായുവിന്റെ വീരമൃത്യുവും ഒക്കെ വർണ്ണിക്കുന്നതു കേട്ട സമ്പാതി, അതു തന്റെ പ്രിയപ്പെട്ട അനുജനാണല്ലോ എന്നോർത്തു വ്യാകുലപ്പെട്ട്, പർവ്വത മുകളിൽ നിന്നും തന്നെ താഴെ ഇറക്കിത്തരണമെന്ന് അപേക്ഷിച്ചു. ഭീമാകാരനായ ആ പക്ഷിയെക്കണ്ട് ആദ്യമൊന്നു മടിച്ചെങ്കിലും, അംഗദൻ സമ്പാതിയെ താഴെ എത്തിച്ചു. പിന്നെ, കഥകൾ മുഴുവൻ പറഞ്ഞു കേൾപ്പിച്ചു. സമ്പാതി തനിക്കു ചിറകു നഷ്ടമായ കഥ ഏവരോടും പറഞ്ഞു.

ഒരിക്കൽ സഹോദരൻ ജടായുവും സമ്പാതിയും സൂര്യനെ ലക്ഷ്യമാക്കി മത്സരിച്ചു പറക്കുകയായിരുന്നു. കുറേ കഴിഞ്ഞപ്പോൾ സൂര്യതാപത്താൽ ജടായുവിന്റെ ചിറകു കരിയുമെന്നു തോന്നിയപ്പോൾ സമ്പാതി അവനു മുകളിലേക്ക് ഉയർന്നു പറന്ന് അവന്റെ ജീവൻ രക്ഷിച്ചു. കഠിന സൂര്യതാപമേറ്റു സമ്പാതി ചിറകുകൾ കരിഞ്ഞ് ആ പർവ്വത മുകളിൽ പതിച്ചു. ജടായു നിലംപതിച്ചത് ജനസ്ഥാനത്തും. സൂര്യകിരണങ്ങളേറ്റു കാഴ്ച നശിക്കുകയും ചെയ്തു. ഈ കഥകളൊക്കെ സമ്പാതി നിശാകാര മുനിയോടു പറഞ്ഞു. അദ്ദേഹം അവനു വേറെ വൻ ചിറകുകളും ചെറു ചിറകുകളും ഉണ്ടാകും കണ്ണുകളും പ്രാണനും ബലവും കിട്ടുമെന്നും അനുഗ്രഹിച്ചു. വരും കാലത്തു ദശരഥപുത്രനായ രാമൻ, വനവാസത്തിനു പോവുകയും അവിടെ വച്ചു രാവണനാൽ രാമപത്നി അപഹരിക്കപ്പെടുകയും ചെയ്യും. അവൾ രാവണൻ നൽകുന്ന യാതൊന്നും ഭക്ഷിക്കുകയില്ല. അതറിഞ്ഞു ഇന്ദ്രൻ സീതയ്ക്ക് അമൃതാന്നം നൽകും. അതിൽ അഗ്രഭാഗം രാമനും ലക്ഷ്മണനും എവിടുണ്ടെങ്കിലും അമരത്വം വരട്ടെ എന്നു പറഞ്ഞ് സീത സമർപ്പിക്കും. അങ്ങനെയുള്ള സീതയെത്തേടി രാമദൂതന്മാരായ വാനരന്മാർ വരുമ്പോൾ രാവണനെക്കുറിച്ചും സീതയെക്കുറിച്ചും അവരെ ധരിപ്പിക്കുക. ആ സമയത്തു സമ്പാതിക്കു ചിറകുകൾ മുളയ്ക്കുകയും കണ്ണുകൾക്കു കാഴ്ച കിട്ടുകയും ചെയ്യുമെന്നാണു മുനി അനുഗ്രഹിച്ചത്. സമ്പാതി സീതാ വൃത്താന്തം വാനരരോടു വിശദീകരിച്ചു. അതിന്റെ ഫലമായി സമ്പാതിക്കു കാഴ്ച വീണ്ടു കിട്ടുകയും പുത്തൻചിറകു മുളയ്ക്കുകയും ചെയ്തു.

സമ്പാതിയുടെ നിർദ്ദേശപ്രകാരം വാനരർ തെക്കേ തീരത്തു നിരന്നു. പക്ഷേ, സമുദ്രം തരണം ചെയ്യണം. പലർക്കും കുറേ ദൂരം വരെ ചാടാനാകും പക്ഷേ ലങ്ക വരെ എത്താനാകുമെന്ന് ഉറപ്പില്ല. അങ്ങനെ വിഷാദിച്ചിരുന്ന വാനരന്മാരെക്കണ്ട് ജാംബവാൻ ഹനുമാനെ അരികിൽ വിളിച്ചു. പണ്ട്, കുഞ്ഞായിരിക്കുമ്പോൾ സൂര്യനെ പിടികൂടാൻ കുതിച്ചുയർന്ന നിനക്ക് ഈ സമുദ്ര തരണം അസാധ്യമല്ലെന്നറിയുക എന്നുപദേശിച്ചു. ഹനുമാനു സ്വന്തം ശക്തിയെക്കുറിച്ച് ഓർമ്മ വന്നു. അങ്ങനെ, ജാംബവാന്റെ ഉപദേശപ്രകാരം ഹനുമാൻ വാനോളം ഉയരത്തിൽ വളർന്നു ലങ്കയെ ലക്ഷ്യമാക്കി പ്രയാണമാരംഭിച്ചു.

സാരാംശം

പത്തൊമ്പതാം അദ്ധ്യായം ഒരേ സമയം നിരാശയുടെയും പ്രതീക്ഷയുടെയും പ്രകടനമാകുന്നു. സുഗ്രീവാജ്ഞ പ്രകാരം നാടു മുഴുവൻ സീതയെ തേടിപ്പോയവരിൽ തെക്കു ദിക്കിൽ നിന്നൊഴികെ ഉള്ളവർ തിരികെ എത്തുമ്പോഴും തെക്കു ദിക്കിലേക്കു പോയ ഹനുമാനും കൂട്ടരുമാകട്ടെ ഒരു വലിയ ഗുഹയ്ക്കുള്ളിൽ പെട്ട് നിർണ്ണായക സമയം നഷ്ടപ്പെടുത്തുകയാണുണ്ടായത്. ഇനിയെന്ത് എന്ന ചോദ്യത്തിനുത്തരമായി ജീവത്യാഗം എന്ന ഉത്തരത്തിലാണ് അവർ എത്തിച്ചേരുന്നത്.

ബാലി പുത്രനായ അംഗദന്റെ നേതൃത്വത്തിലുള്ള അന്വേഷണ സംഘം പരാജയപ്പെട്ടാൽ സുഗ്രീവൻ ഒരു വിധത്തിലും ക്ഷമിക്കില്ലെന്ന് അവർ ചിന്തിച്ചു. അതിനാൽ തന്നെ രാജദണ്ഡത്തിലും നല്ലത് സ്വയം ഹത്യയെന്ന് അവർ തീരുമാനിക്കുകയാണ്. എന്നാൽ എല്ലാം തീർന്നു എന്നു കരുതുന്ന ആ നിമിഷത്തിൽ സമ്പാതി അവരെ സീതയെക്കുറിച്ചുള്ള അറിവു പകർന്നു മുന്നോട്ടു പോകുവാൻ സഹായിക്കുന്നു. ജീവിതം വഴിമുട്ടി നിൽക്കുമ്പോഴും പ്രത്യാശ കൈവിടരുത് എന്നതാണ് ഈ അധ്യായം നൽകുന്ന ധാർമ്മിക പാഠം.

ം ം

അദ്ധ്യായം ഇരുപത്

സുന്ദരകാണ്ഡം, ഒന്നു മുതൽ മുപ്പതു വരെ സർഗങ്ങൾ

(ഹനുമാന്റെ സമുദ്രതരണവും സീതയെ കണ്ടെത്തലുമാണ് ഈ അദ്ധ്യായത്തിൽ)

സമുദ്രതരണം ചെയ്യാൻ ഹനുമാൻ തയ്യാറായി. സൂര്യനും മഹേന്ദ്രനും, പവനനും, വിരിഞ്ചനും, ഭൂതങ്ങൾക്കും കൈകൂപ്പി പുറപ്പെടാൻ ഒരുങ്ങി. പിന്നെ താതനായ പവനനെ സ്മരിച്ചു തെക്കു ദിക്കിലേക്കു ചാടുവാൻ തയ്യാറായി. മലയോളം വളർന്ന്, ആകാശത്തേക്കുയർന്ന്, നൂറു യോജന ദൂരത്തേക്കായി ആ കപീന്ദ്രൻ യാത്രയായി. വായു മാർഗ്ഗേ സഞ്ചരിക്കുമ്പോൾ ഇക്ഷ്വാകു വംശ സഗരനാൽ വളർത്തപ്പെട്ട സാഗരം, രാമനു വേണ്ടി സീതയെ അന്വേഷിക്കുന്ന ഹനുമാന് എന്തെങ്കിലും സഹായം ചെയ്യേണ്ടതുണ്ട് എന്നും. അതിനായി സമുദ്രത്തിനടിയിലെ ഗിരി, മൈനാകത്തോട് ഉയർന്നു പൊങ്ങുവാനും ഹനുമാനു യാത്രാവേളയിൽ വിശ്രമിക്കുവാൻ സൗകര്യമൊരുക്കുവാനും ആവശ്യപ്പെട്ടു. എന്നാൽ യാത്രാമധ്യേ കാണപ്പെട്ട പർവ്വതം തന്റെ വഴിമുടക്കുകയാണെന്നാണ് ഹനുമാൻ ആദ്യം ധരിച്ചത്. തന്നെ സ്വീകരിക്കുവാൻ ഒരുങ്ങി നിൽക്കുകയാണ് മൈനാകം എന്നറിഞ്ഞ്, അങ്ങോട്ടു പോകുമ്പോൾ വിശ്രമിക്കുവാൻ നിവൃത്തിയില്ലെന്ന് അറിയിച്ച ഹനുമാൻ, മുന്നോട്ടു പ്രയാണം തുടർന്നു.

ഈ സമയം മഹർഷിമാരും സിദ്ധന്മാരും നാഗമാതാവായ സുരസയോടു പറഞ്ഞു, ഹനുമാൻ എപ്രകാരം തടസങ്ങൾ നേരി

ടുമെന്നറിയുവാൻ ഞങ്ങൾക്കു താത്പര്യമുണ്ട്. അതിനാൽ വായു പുത്രന്റെ വഴി തടയുക എന്ന്. അപ്രകാരം സുരസ ചെയ്തു. അവൾ ഹനുമാന്റെ പാതയിൽ തടസം സൃഷ്ടിച്ചു നിന്നു. എന്നാൽ അവളെ സമർത്ഥമായി കബളിപ്പിച്ചു ഹനുമാൻ മുന്നോട്ടു പോയി. പിന്നീടു നേരിടേണ്ടി വന്നത് ഛായയെ പിടികൂടി ആളെ നശിപ്പി ക്കുന്ന സിംഹികയെ ആയിരുന്നു. അവളുടെ പെരുത്ത വായിൽ ചെറിയ രൂപമായി പ്രവേശിച്ച് പിന്നെ ആകാശത്തോളം വലുതായി അവളെ പിളർന്നു കൊന്നു കൊണ്ട് ഹനുമാൻ തന്റെ യാത്ര തുടർ ന്നു.

ഒടുവിൽ ലങ്കയിൽ എത്തിയ കപിക്ക് എവിടെ സീതയെ തിരയ ണമെന്ന് സംശയമായി. ഒടുവിൽ സ്വന്തം വാനര രൂപം മാറി ലങ്കാ പുരിയിൽ പ്രവേശിച്ചു. എന്നാലോ ലങ്കാലക്ഷ്മിയുടെ കണ്ണുവെട്ടി ക്കുവാൻ ആർക്കു സാധിക്കും? ഒരു കുരങ്ങൻ ലങ്കയിൽ കടന്നിരി ക്കുന്നതു കണ്ട് ക്രുദ്ധയായ ലങ്കാലക്ഷ്മി ഹനുമാനെ തല്ലി. തിരി കെ ഇടതു കൈ കൊണ്ടു ലങ്കാലക്ഷ്മിയുടെ മുഖത്ത് ഹനുമാനും ആഞ്ഞിടിച്ചു. അതേറ്റ് നിലത്തു വീണ ലങ്കാലക്ഷ്മി ഹനുമാനോ ടു പറഞ്ഞു, 'ഇതു ബ്രഹ്മാവ് പറഞ്ഞിട്ടുള്ളതാണ്. ലങ്കയുടെ പത നം ആരംഭിച്ചിരിക്കുന്നു. ഞാൻ തടയുന്നില്ല. നിനക്ക് ലങ്കയിൽ കട ക്കാം.'

ഹനുമാൻ ലങ്കയെന്ന അത്ഭുതലോകത്തിലേക്കു കടന്നു. ദേവ ലോകസമമായ അവിടെ എവിടെയും സീതയെ കണ്ടെത്താനായി ല്ല. അന്തഃപുരത്തിലെ അനേകശതം നാരിമാരിലും സീതയെ കണ്ടെ ത്താനാകാതെ, ഹനുമാൻ അശോകവനികയിൽ പ്രവേശിച്ചു. അവിടെ ഒരു വലിയ അശോകമരത്തിനു കീഴിൽ മലിന വസ്ത്ര ത്തോടെ ഉപവാസത്താൽ തളർന്നവളും ശോകത്താൽ മൃതപ്രായ യെന്നു തോന്നുന്നവളുമായ സീതയെ ഹനുമാൻ തിരിച്ചറിഞ്ഞു. രാക്ഷസികളാൽ ചുറ്റപ്പെട്ട സീതയുടെ മുന്നിലേക്ക് ഉടൻ പ്രത്യക്ഷ പ്പെടാൻ മടിച്ച് പിറ്റേന്നു പുലരുവാൻ ആ മരത്തിൽ ഒളിച്ചിരുന്നു.

പിറ്റേന്നു രാവിലെ തന്നെ രാവണൻ നൂറുതോഴിമാരുമൊത്ത് അവിടെത്തി. പ്രലോഭനങ്ങൾക്കു വശംവദയാകാത്ത പക്ഷം രണ്ടു മാസങ്ങൾക്കൂടി കാത്ത ശേഷം പാചകക്കാർക്കു പ്രാതലൊരുക്കാൻ നിർദ്ദേശം നൽകുമെന്നും ഭീഷണിപ്പെടുത്തി രാക്ഷസേന്ദ്രൻ മടങ്ങി.

സീതയ്ക്കു ചുറ്റുമിരുന്ന അരക്കികൾ, ഇനിയും കാത്തിരിക്കേണ്ടതില്ല ഇപ്പോൾ തന്നെ കൊന്നു തിന്നാമിവളെ എന്ന നിലയിൽ സീതയെ ഭയപ്പെടുത്തി. എന്നാൽ പെട്ടെന്ന് ത്രിജട എന്ന വൃദ്ധയായ രാക്ഷസി മറ്റു രാക്ഷസിമാരെ ചീത്ത പറഞ്ഞു കൊണ്ട് ഇപ്രകാരം പറഞ്ഞു, 'ലങ്കയ്ക്ക് ആപത്ത് അടുത്തിരിക്കുന്നു. സീതയെ അപഹരിച്ചതോടെ ലങ്ക മുടിഞ്ഞു. രാമൻ സീതയെ നേടും രാവണനെ കൊല്ലും.' അരക്കികളുടെ ഭയപ്പെടുത്തലും രാവണന്റെ കാമ ചിന്തയിലും തളർന്ന് ഇതിലും ഭേദം പ്രാണ ത്യാഗം തന്നെയെന്നു സീതയും ചിന്തിച്ചു തുടങ്ങി. അവൾ രാമനെ ഓർത്തു. പൊടുന്നനെ ചില ശുഭ ശകുനങ്ങൾ കണ്ടുതുടങ്ങി. സീതയുടെ ഇടം കണ്ണു തുടിച്ചു, ഇടം കൈ തുടിച്ചു, ശുഭസൂചന നൽകി. ഇത്രയുമായപ്പോൾ ഹനുമാൻ ഇനിയും വൈകിക്കാതെ സീതയെ രാമവൃത്താന്തമറിയിക്കുവാൻ നിശ്ചയിച്ചു.

സാരാംശം

അസാധ്യമെന്ന ഒന്ന് സാധ്യമാക്കുന്ന മാരുതിയാണ് ഇരുപതാം അദ്ധ്യായം ജ്വലിപ്പിക്കുന്നത്. ഇടയ്ക്കുണ്ടാകുന്ന തടസങ്ങൾ നിഷ്പ്രഭങ്ങളാകുന്നു. ഒന്നറിയാം. ജീവിതം ഒരു സമുദ്രതരണം പോലെ ഏറെ വെല്ലുവിളി നിറഞ്ഞതാണ്. അതു മറികടക്കേണ്ടത് സ്വന്തം ആത്മവിശ്വാസത്തിലൂന്നിയാണ്. അതായത് ഹനുമാൻ മുന്നോട്ടു കുതിക്കുമ്പോൾ സ്വന്തം ശക്തിയിലെ വിശ്വാസം മാത്രമാണ് തുണയായി കരുതുന്നത്. ആത്മവിശ്വാസം വിജയത്തിന് നിദാനമാണെന്നു ലങ്കാപ്രയാണത്തിലൂടെ ഹനുമാൻ കാണിച്ചു തരുന്നു.

OO

അദ്ധ്യായം 21

സുന്ദരകാണ്ഡം
മുപ്പത്തി ഒന്നു മുതൽ അറുപത്തെട്ടുവരെ സർഗം

(ഹനുമാൻ സീതയെ കാണുന്നതും വൃത്താന്തങ്ങളറിയുന്നതുമാണ് ഈ അദ്ധ്യായത്തിൽ)

രാമനെ പിരിഞ്ഞ സീതയുടെ മുന്നിലേക്കു പെട്ടെന്നു മാരുതി പ്രത്യക്ഷപ്പെട്ടാൽ അതും രാക്ഷസനാണെന്നു കരുതി ഭയന്നാലോ എന്നു നിനച്ച്, ഹനുമാൻ, ആ ശിംശപാമരത്തിലിരുന്നു രാമന്റെ അപദാനങ്ങൾ പാടിത്തുടങ്ങി. ഇതാരാണ് രാവണരാജ്യത്തു രാമനാമം ജപിക്കുന്നതെന്നോർത്തു സീത ശബ്ദം കേട്ട ദിക്കിലേക്കു നോക്കി. അവിടെ വിനയത്തോടെ രാമനാമം ജപിക്കുന്ന വാനരനെക്കണ്ടു. അതും രാവണന്റെ മായ എന്നോർത്തവൾ പേടിച്ചു കരഞ്ഞു. അപ്പോഴേക്കും മാരുതി അവളുടെ അടുത്തെത്തിയിരുന്നു. പതിഞ്ഞ ശബ്ദത്തിൽ, മറ്റു രാക്ഷസികൾ കേൾക്കാതെ നടന്ന കഥകളേതും പറഞ്ഞു സീതയുടെ ഭയം മാറ്റി. എന്നിട്ടും സംശയം അവസാനിച്ചിട്ടില്ല എന്ന തോന്നലിൽ രാമൻ കൊടുത്തു വിട്ട മോതിരം സീതയെ കാണിച്ചു. അതു കണ്ടു ആ ശോഭന മുഖം അത്യന്തം ഹർഷം കൊണ്ടു. പിന്നെ സാവകാശം രാമവൃത്താന്തമേതും പറഞ്ഞു കൊടുത്തു. ഒപ്പം, ദേവിയെ ഞാൻ ചുമലിൽ വഹിച്ചു രാമസവിധത്തിൽ എത്തിക്കാമെന്നും ഹനുമാൻ പറഞ്ഞു. എന്നാൽ അതു ദേവി നിരാകരിച്ചു. എന്നിട്ടു പറഞ്ഞു, 'രാവണൻ തന്റെ എതിർപ്പിനെ വകവയ്ക്കാതെ തന്നെ കടത്തിക്കൊണ്ടു വരികയാണുണ്ടായത്. താൻ രാമനെ അല്ലാതെ മറ്റൊരു പുരുഷനെയും മനസറി

വില്ലാതെ തൊടുകയില്ല. ആയതിനാൽ രാമൻ വന്നു രാവണനെ വധിച്ച് എന്നെ രക്ഷിക്കട്ടെ.'

അങ്ങനെയെങ്കിൽ ഭവതിയെ കണ്ടെത്തിയ വിവരം എത്രയും വേഗം അദ്ദേഹത്തെ അറിയിക്കട്ടെ എന്നു പറഞ്ഞു പുറപ്പെടാൻ ഒരുങ്ങിയ ഹനുമാന്റെ കൈവശം ദിവ്യവും ശുഭവുമായ ചൂഡാമണി അഴിച്ച്, അതു 'രാമനു നൽകുക' എന്നു പറഞ്ഞു നൽകി. അതു സശ്രദ്ധം വാങ്ങി ഹനുമാൻ മടക്കയാത്രയ്ക്കൊരുങ്ങി.

മടക്കയാത്ര തുടങ്ങും മുൻപ് മാരുതി, രാവണനെക്കണ്ട് അവന്റെ ബലവും അന്തർഗതവും കൂടി അറിഞ്ഞു വയ്ക്കുക എന്നു തീരുമാനമെടുത്തു. പിന്നെ നിമിഷ നേരം കൊണ്ടു അശോകവനിക അടിച്ചു തകർത്തു ഹനുമാൻ. അവന്റെ വിളയാട്ടം കണ്ടു ഭയന്ന രാക്ഷസികൾ രാവണ സവിധത്തിലേക്കോടി. ഈ സമയം കൊണ്ടു ചൈത്യപ്രസാദവും തകർത്തു, തടയാൻ വന്ന ജംബുമാലി എന്ന രാക്ഷസനെയും വധിച്ചു ലങ്കയിലാകെ പരിഭ്രാന്തി പടർത്തി. പിടിച്ചുകെട്ടാൻ ചെന്ന മന്ത്രി പുത്രന്മാരും എന്തിനു വിരൂപാക്ഷൻ, യൂപാക്ഷൻ, ദുർധര രാക്ഷസൻ, പ്രഘസൻ, ഭാസ കർണ്ണൻ എന്ന നയവിശാദരരും ബലവാന്മാരായ മറ്റു ദാനവരും കൊല്ലപ്പെട്ടു. ഇത്രയും ആയതോടെ രാവണപുത്രൻ അക്ഷകുമാരൻ പോരിനിറങ്ങി. പിന്നെ, ആന തേർ കുതിരകളുടെ നാദത്താൽ മണ്ണും വിണ്ണും മലയും മുഴക്കി പടയെത്തി. എന്നാൽ വാനര വീരന്റെ വീര്യത്തിനൊത്ത് പൊരുതാനാകാതെ പടമുടിഞ്ഞു. അക്ഷകുമാരനും കൊല്ലപ്പെട്ടു. അക്ഷകുമാരൻ കൊല്ലപ്പെട്ടതു കണ്ട് ഇന്ദ്രജിത് പോർക്കളത്തിലിറങ്ങി. പിന്നെ നടന്ന ഉഗ്രമായ യുദ്ധത്തിൽ രണ്ടു പേരും സമാസമം നിന്നു. ഒടുവിൽ ഇന്ദ്രജിത് ഹനുമാനു നേരെ ബ്രഹ്മാസ്ത്രം പ്രയോഗിച്ചു. ബ്രഹ്മാസ്ത്രത്താൽ പോലും ഹാനി സംഭവിക്കില്ലെന്നു ഹനുമാന് ബ്രഹ്മാവിൽ നിന്നും വരം ലഭിച്ച വസ്തുത ഇന്ദ്രജിത്തിന് അറിയില്ലായിരുന്നുവെങ്കിലും ബ്രഹ്മാമാസ്ത്ര പ്രഭാവം മാനിച്ച് ഹനുമാൻ സ്വയം കീഴടങ്ങി. അങ്ങനെ ആ കപീന്ദ്രനെ വരിഞ്ഞു കെട്ടി രാവണ സദസിലെത്തിച്ചു.

നേർക്കുനേർ രാവണനും ഹനുമാനും കണ്ടു. താൻ സുഗ്രീവാജ്ഞയാൽ വന്നതാണെന്നും. അയോധ്യയിലെ രാമപത്നി സീതയെ അപഹരിച്ചതന്വേഷിച്ചു വന്നതാണെന്നും രാമപത്നിയെ അപ

ഹരിച്ചവനെ വധിച്ചു സീതയെ വീണ്ടെടുക്കുക തന്നെ ചെയ്യുമെന്നും ഹനുമാൻ അറിയിച്ചു. ഇതു കേട്ടു ക്രുദ്ധനായ രാവണൻ ഹനുമാനെ വധിക്കുവാൻ ഉത്തരവിട്ടു. എന്നാൽ രാവണ സോദരൻ വിഭീഷണൻ ദൂതരെ വധിക്കുന്നതു ധർമ്മമല്ലെന്നും അതിനാൽ വിട്ടയയ്ക്കണമെന്നും അപേക്ഷിച്ചു.

എന്നാൽ വെറുതേ വിട്ടയക്കാൻ രാവണൻ തയ്യാറല്ലായിരുന്നു. അതിനാൽ ഹനുമാന്റെ വാലിൽ തുണി ചുറ്റി പന്തമാക്കി തീ കൊടുത്തു. കാത്തിരുന്നതു പോലെ കത്തുന്ന വാലു നീട്ടി ചാടി നടന്നു ലങ്ക മുഴുവൻ അഗ്നികുണ്ഡമാക്കി ഹനുമാൻ. പിന്നെ, ഒട്ടൊന്നടങ്ങി, പെട്ടെന്നു സീതയെ ഓർത്തു. ലങ്ക അപ്പാടെ കത്തി എരിയുകയാണ്. അതിൽ സീതയ്ക്ക് എന്തെങ്കിലും അപകടം സംഭവിച്ചിരിക്കുമോ എന്നായി ഹനുമാന്റെ ആശങ്ക. അതോടെ വേഗം അശോകവനികയിലേക്കു ഹനുമാൽ കുതിച്ചു. നോക്കുമ്പോൾ ആ പാവം ചുറ്റും നടക്കുന്ന കോലാഹലങ്ങൾക്കിടയിലും അശോകമരച്ചുവട്ടിൽ രാമവാർത്ത കേട്ട സന്തോഷത്താൽ, തിളങ്ങുന്ന കണ്ണുകളോടെ പ്രാർത്ഥനയോടെ ഇരിക്കുന്നതാണ് കണ്ടത്. അതോടെ ആശ്വാസത്തോടെ ഹനുമാൻ, ഇനി സങ്കടം വേണ്ട. രാമനിതാ വന്നെത്തിപ്പോയി എന്നു സീതയോടു പറഞ്ഞു തിരികെ മടങ്ങി.

തിരികെ ആഹ്ലാദത്തോടെ വന്നണഞ്ഞ ഹനുമാനെക്കണ്ട് തെക്കു തീരത്തു ആ വരവും കാത്തിരുന്ന വാനരർക്കു സമാധാനമായി. ഒപ്പം സീതയെ കണ്ടുവെന്ന വൃത്താന്തം വാനരന്മാരിൽ ആനന്ദം തിരതല്ലിച്ചു. അതോടെ ഈ സന്തോഷ വാർത്ത എത്രയും വേഗം സുഗ്രീവ സവിധത്തിലെത്തിക്കുവാൻ അവർക്കു തിടുക്കമായി. അങ്ങനെ തെക്കുദിക്കിലേക്കു സീതയെത്തേടി ഇറങ്ങിയവർ ഏവരും സുഗ്രീവനും രാമലക്ഷ്മണന്മാർക്കും അടുത്തേക്കു യാത്രയായി. അവിടെ എത്തി വിവരങ്ങൾ ഏതും വിശദമായി ധരിപ്പിച്ച്, സീത നൽകിയ ചൂഡാമണി രാമനു മുന്നിൽ സമർപ്പിച്ച്, ആ സാധ്വി അനുഭവിച്ച എല്ലാ സങ്കടങ്ങളും ഹനുമാൻ വിശദമായി അറിയിച്ചു. അതോടെ സീതയെ കണ്ടെത്തിയ സന്തോഷത്താലും എന്നാൽ ആ സാധ്വിയെ പിരിഞ്ഞ സങ്കടത്താലും രാമൻ ചിന്താധീനനായി.

സാരാംശം

സുന്ദരകാണ്ഡത്തിന് എന്തേ അങ്ങനെ പേരു വന്നു എന്നു സ്വാഭാവികമായും നമുക്കു ചിന്തയുണ്ടാകാം. യഥാർത്ഥത്തിൽ സീതയുടെ ദുഃഖമാണ് സുന്ദരകാണ്ഡം മുഴുവൻ. രാക്ഷസ രാജന്റെ ഭർത്സനവും കാമകേളിക്കുള്ള നിരന്തര ക്ഷണവും പ്രലോഭനങ്ങളും ഓരോ നിമിഷവും അവളുടെ ജീവിതം ദുസ്സഹമാക്കുന്നുണ്ട്. ഒടുവിൽ മതി ഈ ജീവിതമെന്നു പോലും ആ പാവം നിശ്ചയിക്കുന്നുമുണ്ട്. അത്രയേറെ സീതാ കഥനം വിവരിക്കുന്ന കാണ്ഡത്തിന് ദുഃഖ കാണ്ഡമെന്നല്ല ആദി കവി പേർ നൽകിയത്. രാമന്റെ മുദ്ര മോതിരം കാണുന്ന സന്തോഷത്തെ സുന്ദരമെന്നല്ലാതെ എങ്ങനെ വിവരിക്കും. തന്റെ പുത്രിയെപ്പോലെ ഒരു കാലത്തു വാല്മീകിയാൽ സംരക്ഷിക്കപ്പെടുന്നുണ്ട് സീത. അപ്പോൾ സ്വന്തം മകളുടെ ദുഃഖം ആ രീതിയിൽ കാണുന്നതിനു പകരം ആ പരീക്ഷണങ്ങൾക്ക് ഒടുവിൽ ശ്രീരാമചന്ദ്രനോടവൾ ചേരുകയാണുണ്ടാവുക എന്ന ശുഭപ്രതീക്ഷയുമാകാം സുന്ദരകാണ്ഡമെന്ന പേരിനു പിന്നിൽ. ഹനുമാൻ മടങ്ങുന്നതോടെ പ്രത്യാശയുടെ ദിനങ്ങളാരംഭിക്കുന്നു; രാക്ഷസ പതനത്തിന്റെയും. നന്മയുടെ പാതയിൽ കഷ്ടതകൾ അനുഭവിക്കുമ്പോഴും അന്തിമ വിജയം അവിടെയുണ്ടാവും. രാക്ഷസീയ ചിന്തകൾ ഒരിക്കൽ നിലം തൊടും. സീതാ ദുഃഖം അവസാനിച്ചുകൊണ്ട് സുന്ദരകാണ്ഡം സമാപിക്കുന്നു

OO

അദ്ധ്യായം ഇരുപത്തിരണ്ട്

യുദ്ധകാണ്ഡം

ഒന്നു മുതൽ ഇരുപത്തഞ്ചുവരെ സർഗം.

(യുദ്ധത്തിന്റെ തയ്യാറെടുപ്പുകൾ ആണ് ഈ അദ്ധ്യായത്തിൽ)

ലങ്കയിൽ നിന്നു തിരികെ വന്ന ഹനുമാൻ പറഞ്ഞ വിശേഷങ്ങൾ വളരെ വ്യക്തമായി രാമലക്ഷ്മണന്മാരും സുഗ്രീവനും മന്ത്രിമാരും കേട്ടു. അതിൽ നിന്ന് എപ്രകാരമാണ് ലങ്കയിലെ സൈനിക വിന്യാസമെന്നും, എപ്രകാരം മാത്രമേ അവിടെ എത്തിച്ചേരാനാകുവെന്നും അവർക്കു ബോധ്യമായി. ഈ സമയം രാമൻ ഹനുമാനെ ഇത്ര പ്രയാസകരമായ ദൗത്യത്തിൽ വിജയിച്ചു വന്നതിൽ ആശ്ലേഷിച്ച് അനുമോദിച്ചു. ഏവർക്കും സന്തോഷമായി. വൈകാതെ തെക്കൻ സമുദ്രതീരത്തേക്കു വാനര സൈന്യം നീങ്ങട്ടെ എന്നു സുഗ്രീവൻ കല്പിച്ചു. അതനുസരിച്ചു കരുത്തരായ വാനരപ്രവരന്മാർ തെക്കു ദിക്കിലേക്കു സുഗ്രീവന്റെ നേതൃത്വത്തിൽ യുദ്ധകാഹളം മുഴക്കി യാത്ര ആരംഭിച്ചു. എല്ലാവരും വർധിതവീര്യത്തോടെ സമുദ്രതീരത്തിലേക്കു പുറപ്പെട്ടു. ഹനുമാൻ പറഞ്ഞ പ്രകാരം ലങ്കയുടെ മുക്കും മൂലയും വാനരസേനാധിപൻ മനഃപാഠമാക്കി.

ഈ സമയം ലങ്കയിൽ കാര്യങ്ങൾ കൈവിട്ട നിലയിലായിരുന്നു. സീതാപഹരണത്തിനു ശേഷം സർവ്വവും നാശം തന്നെയെന്നു അനുഭവത്തിൽ വന്നു തുടങ്ങിയിരിക്കുന്നു. ഒരു കുരങ്ങൻ സമുദ്രം താണ്ടി വരുക, അതിനു ശേഷം അവൻ അശോകവനിയിൽ കടന്നു സീതയെക്കാണുക, അതും പോരാഞ്ഞ് ചൈതന്യ പ്രസാദം

ചുട്ടെരിച്ചു. പോരിൽ അരക്കന്മാരെക്കൊന്നു, എന്തിന്, രാവണപുത്രൻ അക്ഷകുമാരൻ കൊല്ലപ്പെട്ടു. രാവണൻ അങ്കലാപ്പിലാകുവാൻ മറ്റെന്തു വേണം? വേഗം സഭ വിളിച്ചു കൂട്ടുവാൻ തീരുമാനമായി. ഒറ്റ ചിന്ത മാത്രം, രാമൻ വന്നേക്കാം സീതയെ കൊണ്ടു പോകുവാൻ. അതു തടയണം. എന്താണതിനു വഴി?

മന്ത്രിമാരിൽ ചിലർ വമ്പു പറഞ്ഞു. കടൽ കടന്നു ചെന്നു വാനരന്മാരെ മുച്ചൂടും മുടിച്ചു ഞാനിതാ വരാം എന്ന മട്ടിലായിരുന്നു പലരുടേയും ഉപദേശങ്ങൾ. ചിലർ ലങ്കയുടെ പ്രതിരോധ സംവിധാനങ്ങളെ വാനോളമുയർത്തി, ശത്രുക്കളാൽ അപ്രാപ്യമെന്നു ഘോഷിച്ചു. ഏതായാലും സഹോദരന്മാരോടു കൂടി അഭിപ്രായമാരായാൻ രാവണൻ നിശ്ചയിച്ചു. വിഭീഷണൻ ആദ്യം തന്നെ നിലപാടു വ്യക്തമാക്കി. ഇത് അനീതിയാണ്. അപകടമാണ്. അന്യന്റെ ഭാര്യയെ തട്ടിയെടുത്താൽ ഫലം മരണം തന്നെ. അവളെ വിട്ടുകൊടുക്കുക. പിന്നെ കുംഭകർണ്ണന്റെ ഊഴമായി. ഉറക്കത്തിലേക്കു പ്രവേശിക്കുന്നതിനു തൊട്ടു മുൻപാണ് കുംഭകർണ്ണനോടും രക്ഷാവിധി തേടുന്നത്. അവൻ പറഞ്ഞു, 'ഞാൻ രാമന്റെ പടയെ മുടിക്കാം. പക്ഷേ, ജ്യേഷ്ഠാ നീ ചെയ്തത് അധർമ്മമാണ്. സീതയെ തൊടാൻ പാടില്ലായിരുന്നു.' അതും പറഞ്ഞ് അവൻ തന്റെ അടുത്ത നീണ്ട ഉറക്കത്തിലേക്കു പ്രവേശിച്ചു.

ഈ സമയം ചില മന്ത്രിമാർ രാവണനെ വീണ്ടും വീണ്ടും വാഴ്ത്തി. യുദ്ധം അരുതെന്നു പറഞ്ഞ വിഭീഷണനോട് ഇന്ദ്രജിത്ത് പരുഷമായി സംസാരിച്ചു. രാവണ സഹോദരനായിരിക്കെ രാവണനെ അംഗീകരിക്കാതെ വെറുമൊരു മനുഷ്യനു വേണ്ടി വാദിക്കുന്നതിൽ അത്ഭുതം കൂറി. ഒടുവിൽ വിഭീഷണൻ ലങ്ക വിട്ടു രാമനെ അഭയം പ്രാപിക്കുവാൻ നിശ്ചയിച്ചു രാമസവിധത്തിലെത്തി. ചില രാക്ഷസർ രാവണനോട് ബലമായി സീതയെ പ്രാപിക്കുവാൻ ആവശ്യപ്പെട്ടു.

അപ്പോഴാണ് പണ്ട് പുഞ്ജികസ്ഥല എന്ന അപ്സരസ്സിനെ ബലേന പ്രാപിച്ചതറിഞ്ഞ് ബ്രഹ്മാവ് ഏതെങ്കിലും സ്ത്രീയെ ബലേന പ്രാപിച്ചാൽ തല പൊട്ടിത്തെറിച്ചു പോകുമെന്നു ശപിച്ച കഥ രാവണൻ അവരോടു പറയുന്നത്.

രാമ പക്ഷത്ത് എത്തിയ വിഭീഷണനെ ആദ്യമൊന്നു ശങ്കിച്ചുവെങ്കിലും നല്ലവനെന്നു കണ്ട് സ്വന്തം പക്ഷത്തു ചേർത്തു രാമൻ അഭിഷേകം നടത്തി. പിന്നെ ഏവരും സമുദ്രതീരത്തെത്തി. എന്നാൽ സമുദ്രം തരണം ചെയ്യാനുള്ള വഴിയൊന്നും തെളിഞ്ഞു കണ്ടില്ല. എല്ലാവരും നിരാശരായി. ഈ സമയം രാമൻ സമുദ്രത്തെ നോക്കി കോപം പൂണ്ടു. ഭയന്നു പ്രത്യക്ഷപ്പെട്ട വരുണൻ, രാമനോടു 'നിങ്ങൾ സമുദ്രത്തിൽ ചിറകെട്ടൂ അതു ഞാൻ സംരക്ഷിക്കാം.' എന്നു വാക്കു കൊടുത്തു. അങ്ങനെ സേതുബന്ധനം ആരംഭിച്ചു.

സാരാംശം

സേതുബന്ധനത്തിനുള്ള ഒരുക്കത്തിലാണ് രാമപക്ഷം. മുന്നിൽ അഗാധമായ ആഴി. അതു മറികടക്കുക എന്ന ഏറെക്കുറെ അസാധ്യമായ കാര്യത്തിലൂടെ മാത്രമേ സീതയെ നേടുവാനാകൂ. ഇവിടെ സീതയുടെ രാമനിലുള്ള വിശ്വാസവും രാമനു സീതയിലുള്ള വിശ്വാസവും മാത്രമാണ് മുന്നോട്ടു നയിക്കുവാനുള്ള ഏക ശക്തി. ആ വിശ്വാസത്തിനു മുന്നിൽ സമുദ്രം വഴിമാറുന്നു.

അദ്ധ്യായം ഇരുപത്തിമൂന്ന്

യുദ്ധകാണ്ഡം
ഇരുപത്താറു മുതൽ അറുപത്തഞ്ചു വരെ സർഗങ്ങൾ

വിഭീഷണനും എത്തിയതോടെ രാമലക്ഷ്മണന്മാരിൽ പുതിയൊരു ഊർജ്ജം രൂപം കൊണ്ടു. സേനാ നീക്കങ്ങൾക്കു വേണ്ട തയ്യാറെടുപ്പു തകൃതിയായി. ഈ സമയം രാവണൻ അയച്ച ശുകനും സാരണനും പക്ഷി രൂപം ധരിച്ചു രാമന്റെ പട എത്രത്തോളമെന്നു വിലയിരുത്താൻ കടന്നു വന്നു. വാനര വേഷം പൂണ്ടു, വാനരസേനയ്ക്കുള്ളിൽ ഒളിഞ്ഞ അവരെ വിഭീഷണൻ കണ്ടെത്തി പിടികൂടി. മറ്റു വാനരന്മാർ അവരെ ഉപദ്രവിക്കാൻ തുടങ്ങും മുൻപ് രാമൻ അവരെ സ്വതന്ത്രരാക്കി. പിന്നെ, അവർ ജീവൻ തിരിച്ചു കിട്ടിയ ആശ്വാസത്തിൽ പടയുടെ ഒരുക്കങ്ങൾ കൃത്യമായി അറിയിക്കുവാൻ രാവണസവിധത്തിലേക്കു പാഞ്ഞു. അവിടെ എത്തിയ അവർ രാമനോടു സന്ധി ചെയ്യുന്നതാണു നല്ലതെന്നും ഒരു യുദ്ധത്തിനൊരുങ്ങാതിരിക്കുന്നതാണ് ബുദ്ധിയെന്നും രാവണനോടു പറഞ്ഞു. എന്നാൽ ദുർബുദ്ധിയിൽ നല്ലതു തെളിയുമോ? രാവണൻ സീതയെ വിട്ടുക്കൊടുക്കില്ലെന്നു തന്നെ നിശ്ചയിച്ചു. ശുകസാരണന്മാർ വാനരപടയിലെ ഓരോരുത്തരെയും രാവണനു വ്യക്തമാക്കിക്കൊടുത്തു. അക്ഷോഭ്യനായ രാമനെ നേരിടുക എളുപ്പമല്ല എന്നും ഉപദേശിച്ചു. ഒപ്പം വൻ പാറകൾ കൊണ്ടു സേതുബന്ധനം നടത്തുകയാണെന്നും നിമിഷം കൊണ്ടു അവർ ലങ്കയിൽ കടക്കുമെന്നും അറിയിച്ചു.

എല്ലാം കേട്ട രാവണൻ മന്ത്രിമാരെ വിളിച്ചു കൂട്ടാൻ പറഞ്ഞിട്ട്, വിദ്യുത്ജിഹ്വൻ എന്നു പേരുള്ള ഒരു മായാവി രാക്ഷസനെയും കൂട്ടി സീതയുടെ മുന്നിലെത്തി. എന്നിട്ട് രാമനും വാനരൻമാരും പടയുമായി എത്തിയെന്നും പക്ഷേ, കടൽ താണ്ടി അവശരായ അവരെ വധിക്കുവാൻ വലിയ പ്രയാസം നേരിട്ടില്ലെന്നും. വളരെ എളുപ്പത്തിൽ രാമനെ വധിച്ചുവെന്നും സീതയോടു കള്ളം പറഞ്ഞു. ഒപ്പം വിദ്യുത്ജിഹ്വൻ മായയാൽ രാമ ശിരസ്സ് കാട്ടിക്കൊടുത്തു. അതു കണ്ടു സീത തളർന്നു നിലത്തു വീണു. അവളുടെ ഹൃദയം നുറുങ്ങിയ വിലാപം അവിടെ ഉയർന്നുപൊങ്ങി. ഓരോരോ സംഭവങ്ങൾ എണ്ണിപ്പറഞ്ഞു ബോധംകെട്ടു കരയുന്ന സീതയുടെ അടുത്തേക്കു സരമ എന്ന രാക്ഷസി ചെന്നു. അവൾ സീതയെ സമാശ്വസിപ്പിച്ചു രാമൻ കൊല്ലപ്പെട്ടിട്ടില്ലെന്നും അതു മായക്കാഴ്ചയാണെന്നും ധരിപ്പിച്ചു. അന്നേരം ഭേരി ശംഖനാദങ്ങളിടകലർന്നു സർവ്വസേനകളുടെയും കോലാഹലം ഊഴിയെ വിറപ്പിക്കുമാറു കേൾക്കുമാറായി. വാനരസേനകളുടെ ആ നാദം കേട്ടു ലങ്കാവാസികൾ ഒന്നു നടുങ്ങി.

ഇനി യുദ്ധം തന്നെ. 'പോരിനൊരുങ്ങുക' എന്ന രാവണനിർദ്ദേശം കേട്ടു മാതാമഹനായ മാല്യവാൻ യുദ്ധത്തിൽ നിന്നു പിന്തിരിയുവാൻ രാവണനെ ഉപദേശിച്ചു. അതു രാവണനു സഹിച്ചില്ല. ആ ഉപദേശവും ക്രോധം കൊണ്ടവൻ സ്വീകരിച്ചില്ല. ഈ സമയം വാനരന്മാർ ലങ്കാനഗരിക്കു പുറത്തുള്ള ചെറുകുന്നുകളിൽ കയറി ലങ്കാവീക്ഷണം നടത്തി. പിന്നെ രാമൻ രണ്ടു യോജന വലുപ്പമുള്ള സുവേല ശിരസ്സിൽ വാനരനായകരോടും സുഗ്രീവനോടുമൊപ്പം ആരോഹണം ചെയ്തു. അവിടെ നിന്നും സുഗ്രീവൻ കലി മൂത്ത് കരുത്തോടും നെഞ്ചുറപ്പോടും കൂടി ഗോപുരത്തിലേക്ക് എടുത്തു ചാടി. ഈ സമയം രാവണനും സുഗ്രീവനെതിരേ പോരാടാൻ ഒരുങ്ങി.

യുദ്ധം കനത്തു. കൊല്ലാനായി തമ്മിലേറ്റിടഞ്ഞ്, നേരിട്ടു തല്ലൽ, ഒഴിഞ്ഞോടൽ, ചാടൽ, കൈയ് നീട്ടൽ, അങ്ങനെ പോരു നീണ്ടു. ഒടുവിൽ സുഗ്രീവൻ പോരിൽ രാവണനെ തളർത്തി. തിരികെ രാമസവിധത്തിലെത്തി.

സുഗ്രീവനോടു രാമൻ എടുത്തു ചാടിയതെന്തിന്? നിനക്ക്

എന്തെങ്കിലും സംഭവിച്ചിരുന്നെങ്കിലോ? എന്നു ചോദിച്ചു. പിന്നെ എല്ലാവരും ഒത്തുചേർന്നാലോചിച്ചു ലങ്കാ നിരോധത്തിനൊരുങ്ങി. വാനരന്മാരാൽ ലങ്ക വളയപ്പെട്ടതോടെ രാക്ഷസൻമാരും യുദ്ധ സന്നാഹത്തോടെ പുറപ്പെട്ടു വന്നു. അങ്ങനെ യുദ്ധാരംഭമായി.

യുദ്ധമാരംഭിച്ചതോടെ വാനരന്മാർക്കു കടുത്ത കോപം വന്നു. അവർ പോരു തുടങ്ങി. അതു പോലെ തന്നെ അരക്കന്മാരും പത്തു ദിക്കും മുഴക്കിക്കൊണ്ടു പാഞ്ഞടുത്തു. അംഗദനോട് രാവണപുത്രൻ ഇന്ദ്രജിത്ത്, മുക്കണ്ണനോട് യമൻ എന്ന പോലെ പോരുതി. പ്രഘസനോടു സുഗ്രീവനും, വിരൂപാക്ഷനോടു ലക്ഷ്മണനും, രശ്മികേതുവും, സപ്തഘ്നനനും, യജ്ഞ കോപനുമായി രാമനും യുദ്ധം ചെയ്തു. ഓരോ വാനരനും ഓരോ രാക്ഷസനുമായി പോരു തുടർന്നു. ഉഗ്രമായ യുദ്ധത്തിൽ രാക്ഷസരുടെ ദേഹത്തു നിന്നും ചാലിട്ടൊഴുകിയ ചോരപ്പുഴ കണ്ട് ഇന്ദ്രജിത്ത് ക്രുദ്ധനായി. അവൻ ആഞ്ഞടിച്ചു. പക്ഷേ, പിന്നീടുണ്ടായ ശക്തമായ യുദ്ധത്തിൽ അംഗദനോടേറ്റു തളർന്ന ഇന്ദ്രജിത്തിന്റെ തേരും തേരാളിയും നഷ്ടമായി. അതു കണ്ടു ദേവകൾ ബാലീ പുത്രൻ അംഗദനെ വാഴ്ത്തി. ഒടുവിൽ സന്ധ്യ വന്നണഞ്ഞു. മെല്ലെ കതിരോൻ മറഞ്ഞു. പക്ഷേ, ആ ഇരുട്ടിലും പോരു തുടർന്നു. ആരെന്നും എന്തെന്നുമറിയാതെ, ആരെടാ ഞാനെടാ എന്ന മട്ടിൽ യുദ്ധം തുടർന്നു. ഈ സമയം ഇരുട്ടിന്റെ മറവിൽ, മായാവിദ്യ കൊണ്ട് ഇന്ദ്രജിത്ത്, നാഗാസ്ത്രങ്ങളാൽ രാമലക്ഷ്മണന്മാരെ നേരിട്ടു. ചോരയിൽ കുളിച്ച്, ശരങ്ങൾ കൊണ്ടു മൂടപ്പെട്ടു രാമലക്ഷ്മണന്മാർ കിടപ്പായി. അവരിരുവരും വീണതു കണ്ടിട്ടും ഇരുട്ടിൽ മറഞ്ഞു നിന്നു വാനരപ്പടയെ കൊന്നൊടുക്കുന്ന ഇന്ദ്രജിത്തിനെ കണ്ടെത്താൻ ആർക്കും സാധിച്ചില്ല.

പടമുടിച്ചുവെന്നാശ്വസിച്ചു രാവണി, അച്ഛൻ രാവണനു മുൻപാകെ എത്തി. രാമനും സോദരനും വാനരപ്പടയും അപ്പാടെ മുടിഞ്ഞുവെന്നു രാവണനെ അറിയിച്ചു. അതു കേട്ട രാവണൻ, വേഗം രാക്ഷസികളോടു സീതയെ പുഷ്പകവിമാനത്തിൽ കയറ്റി രണഭൂമിയിൽ ബാണങ്ങളേറ്റു ജീവൻ വെടിഞ്ഞ രാമലക്ഷ്മണന്മാരെ നേരിട്ടു കാണിച്ചു കൊടുക്കുവാൻ ഉത്തരവിട്ടു.

ഈ സമയം യുദ്ധഭൂമിയിൽ പരിക്കേറ്റ രാമലക്ഷ്മണന്മാർക്കു

സമീപം വിഭീഷണൻ ഓടിയെത്തി അത് ഇന്ദ്രജിത്തിന്റെ മോഹബന്ധനമാണെന്നു തിരിച്ചറിഞ്ഞു. നാഗാസ്ത്രം കൊണ്ട്, ആയിരക്കണക്കിനു കദ്രുപുത്രന്മാർ രാമനെയും സോദരനെയും മോഹാലസ്യപ്പെടുത്തിയതാണ്. അത്ര വേഗം ആ ബന്ധനം മാറ്റാവുന്നതല്ല. എന്നാൽ എല്ലാവരും അതോർത്തു ദുഃഖിച്ചാൽ വാനരസൈന്യത്തിന്റെ മനോബലം കാത്ത്, രാമലക്ഷ്മണന്മാരെ രക്ഷിക്കാൻ വഴിയെന്തെന്ന് ആലോചിച്ചു വിഭീഷണൻ.

രാമന്റെ പടയുടെ നടുക്ക് ഇപ്രകാരം അനിശ്ചിതത്വം തുടരുന്ന സമയത്തു സീതയെ നിർബന്ധിച്ചു പുഷ്പകത്തിൽ കയറ്റി വീണു കിടക്കുന്ന രാമനെയും സോദരനെയും കാട്ടിക്കൊടുത്തു രാക്ഷസികൾ. അതു കണ്ട് എണ്ണിപ്പറഞ്ഞു സീത വിലപിക്കവേ ത്രിജട എന്ന രാക്ഷസി സീതയെ ആശ്വസിപ്പിച്ചു. അവൾ പറഞ്ഞു, നിന്റെ ഭർത്താവും സഹോദരനും മരിച്ചിട്ടില്ല. മരിച്ചവരുടെ മുഖത്തു ശ്രീ ഉണ്ടാകില്ല. എന്നാൽ വീണു കിടക്കുന്നവരുടെ മുഖത്തു ശ്രീ കാണുന്നില്ലേ? അവർ ലങ്ക മുടിച്ചു നിന്നെയും കൊണ്ടു അയോധ്യയിലേക്കു മടങ്ങും. അങ്ങനെ ത്രിജടയുടെ വാക്കു കേട്ടു സീത ഒരല്പം ആശ്വാസം കൊണ്ടു. സീതയെയും കൊണ്ടു രാക്ഷസികൾ മടങ്ങിയ ശേഷം പെട്ടെന്ന് ഒരു അത്ഭുതം രണഭൂമിയിൽ സംഭവിച്ചു. അവിടേക്കു ഗരുഡൻ പറന്നെത്തി. ഗരുഡന്റെ ചിറകടി കേട്ടതോടെ നാഗങ്ങളപ്പാടെ സമുദ്രത്തിലൊളിച്ചു. അതോടെ നാഗാസ്ത്ര മോചിതനായ രാമൻ ഗരുഡനോടു കൃത്യസമയത്തു രക്ഷിച്ചതിനു നന്ദി പറഞ്ഞു. ഗരുഡനാകട്ടെ താൻ രാമനുമായി മൈത്രിയാണ് ആഗ്രഹിക്കുന്നത് എന്നും അറിയിച്ചു മടങ്ങി. ഈ സമയം വാനരപ്പട മുടിഞ്ഞുവെന്നു നിനച്ച് ആഹ്ലാദിച്ച രാക്ഷസക്കൂട്ടം, പെട്ടെന്ന് ശത്രു പാളയത്തിൽ നിന്നുയർന്നു കേട്ട ആക്രോശവും ആവേശവും കണ്ട് അമ്പരന്നു. രാമൻ മരിച്ചില്ലേ? രാവണനും സംശയമായി. അധികം കഴിഞ്ഞില്ല, സുഗ്രീവ പോരാളികൾ കയ്യിൽ കിട്ടിയ കല്ലുംപാറയും മരവും തടിയും ഒക്കെയായി രാക്ഷസർക്കു മീതേ പാഞ്ഞടുത്തു. അതോടെ രാവണൻ ധൂമ്രാക്ഷനെ അയച്ചു. അവൻ വാനരസേനയ്ക്കു മീതേ അക്രമം അഴിച്ചുവിട്ടു. പക്ഷേ, അത് ഏറെ നേരം നീണ്ടുനിന്നില്ല. ഹനുമാൻ അവനെ കാലപുരിക്കയച്ചു. പിന്നീടു വന്ന വജ്രദംഷ്ട്രനെ അംഗദനും, അകമ്പനെ

ഹനുമാനും, പ്രഹസ്തനെ നീലനും കൊന്നൊടുക്കി. എല്ലാ വമ്പന്മാരേയും കൊന്നു തള്ളുകയാണ് വാനരസേന. രാവണൻ ഇനിയെന്ത് എന്ന് ചിന്തിച്ചു. ഒട്ടും വൈകരുത് എന്നു തീരുമാനിച്ചു രാവണൻ സ്വയം യുദ്ധത്തിനിറങ്ങി. കിരീടമണിഞ്ഞ്, കുണ്ഡലങ്ങൾ ചാർത്തി, ഭീമാകായനും, സൂര്യനെപ്പോലെ തിളങ്ങുന്നവനുമായ രാക്ഷസ രാജൻ രാവണൻ രണഭൂവിൽ എത്തിയപ്പോൾ ആ തേജസ്സു കണ്ട് രാമൻ വിഭീഷണനോടു പറഞ്ഞു സീതാഹരണം കൊണ്ടുണ്ടായ കോപം ഞാനിന്ന് ഇവന്റെ മേലെ തീർക്കും. രാമൻ വില്ലുമെടുത്തു ലക്ഷ്മണനൊത്തു നിലകൊണ്ടു.

രാവണന്റെ പൊടുന്നനെയുള്ള ശരവർഷം വാനരന്മാർക്കു മേൽ മരണ വർഷമാകുന്നതു കണ്ടു മാരുതി തന്റെ പെരുത്ത കൈ കൊണ്ടവനെ ഊക്കിനടിച്ചു. ആ അടിയിൽ പത്തു തലയൻ ഒന്നു നിന്നാടി. അവർ തമ്മിൽ മെയ്പ്പോരും. വാക്പ്പോരും തുടങ്ങി. ഇതിനിടയിൽ രാവണൻ ലക്ഷ്മണനു മുന്നിലെത്തി. ആ യുദ്ധത്തിൽ രാവണൻ വില്ലറ്റ്, അമ്പേറ്റ്, രക്തത്തിൽ മുങ്ങി. അവൻ ദേഷ്യം കൊണ്ടു ജ്വലിച്ചു. ഉഗ്രനായ ദേവശത്രു എന്ന വേൽ കൈയ്യിലെടുത്തു സൗമിത്രിക്കു നേരെ പ്രയോഗിച്ചു. വേൽ കൊണ്ടു വീണ സൗമിത്രിയെ പൊക്കി എടുക്കാൻ ശ്രമിച്ച രാവണനെ ഹനുമാൻ തടഞ്ഞു.

പിന്നെ രാമൻ ഹനുമാനു പുറത്തേറി രാവണനുമായി പോര് തുടങ്ങി. ആ പോരിൽ രാവണൻ ആകെ മുടിഞ്ഞു. അവൻ ഓടി രക്ഷപ്പെട്ടു ലങ്കയിൽ പ്രവേശിച്ചു. രാവണൻ ആകെ ദുഃഖിതനായി. ബ്രഹ്മ വാക്യം സത്യമാകുവാൻ സമയമായിരിക്കുന്നു. മനുഷ്യരിൽ നിന്നും ഭയമേർപ്പെടും എന്ന ബ്രഹ്മവാക്യം അടുത്തെത്തിയിരിക്കുന്നു. പണ്ട് ഇക്ഷ്വാകുകുലത്തിലെ അനരണ്യനും, പിന്നീടു വേദവതിയും പറഞ്ഞ വാക്കുകൾ സത്യമാകുന്നു. വേദവതിയെ അവളുടെ ആഗ്രഹത്തോടെയല്ലാതെ ആക്രമിച്ചപ്പോൾ അവൾ ശപിച്ചു. ജനകനന്ദിനിയായി വന്നിരിക്കുന്നത് അവൾ തന്നെ. ഋഷിഭാഷിതം മിഥ്യയാകില്ല. ഇനി മറ്റുവഴിയില്ല. കുംഭകർണ്ണനെ ഉണർത്തുക. കുംഭകർണ്ണൻ മുപ്പത്തിനാലു മാസം ഉറങ്ങും. ഒരു ദിവസം ഉണർന്നിരിക്കും. ഒമ്പതു ദിവസം മുൻപാണു കുംഭകർണ്ണൻ വീണ്ടും ഉറങ്ങിത്തുടങ്ങിയത്. അവനെ അങ്ങനെ ഉണർത്തിയാൽ അതവന്റെ

മരണകാരണമാകുമെന്നു രാവണനറിയാത്തതല്ല. ദീർഘകാലം തപസ് ചെയ്തു മരണമില്ലാത്ത അവസ്ഥയ്ക്കു വേണ്ടി പ്രാർത്ഥിച്ച അവന്റെ മനസ് തിരിച്ചറിഞ്ഞ ബ്രഹ്മാവ് സരസ്വതി ദേവിയെക്കൊണ്ടു ചെറുതായി നാക്കുളുക്കിച്ചു. അതോടെ എന്നും ഉറങ്ങുവാനുള്ള വരമാണ് അവൻ ചോദിച്ചത്. പറ്റിയ അബദ്ധം, താണു കേണു പറഞ്ഞു ചെറിയ ഇളവു നേടിയതാണ് ആ ഒമ്പതു ദിവസമെന്നത്. ഉറക്കത്തിൽ ഭംഗം വരുത്തിയാൽ മരണം തന്നെയാണു ഫലം. പക്ഷേ, അതൊന്നും കണക്കിലെടുക്കാതെ രാവണൻ അനുചരരെക്കൊണ്ടു ഒരു വിധത്തിൽ അവനെ ഉണർത്തി എടുത്തു. പിന്നെ, സ്വന്തം പടയ്ക്കും തനിക്കുമേറ്റ പരാജയം രാവണൻ പറഞ്ഞു കേൾപ്പിച്ചു. രാവണനോട് അപ്പോഴും അവൻ സ്വന്തം നീതി വാക്യം പറയുവാൻ ശ്രമിച്ചു. സീതയെ തിരികെ നൽകു എന്ന അവന്റെ പറച്ചിൽ രാവണനെ കോപം കൊള്ളിച്ചു. എന്നാൽ മഹോദരൻ എന്ന രാക്ഷസൻ, രാജവാക്യം നിഷേധിക്കുന്നതിനു കുംഭകർണ്ണനെ ശാസിച്ചു. ഒടുവിൽ കുംഭകർണ്ണൻ പോരിനിറങ്ങുവാൻ തയ്യാറായി.

സാരാംശം

രാമായണ കഥയിൽ ആദ്യമായി രാവണൻ തന്റെ സ്വന്തം നില തിരിച്ചറിയുകയാണ്. ഈ ഘട്ടത്തിൽ, വേദവതിയുടെ ശാപം നിമിത്തം അവൾ തന്റെ ജീവനെടുക്കാൻ പിറക്കുമെന്ന ഓർമ്മയും, ദേവൻമാരിൽ നിന്നും മറ്റെല്ലാത്തിൽ നിന്നും മരണഭയമുണ്ടാകരുത് എന്നു വരം നേടുമ്പോഴും അതിൽ മനുഷ്യരെ ഉൾപ്പെടുത്താതിരുന്നതും രാവണന്റെ അമിത ആത്മവിശ്വാസത്താലാണ്. ആ വിശ്വാസം തെറ്റിയെന്നു രാവണൻ മനസിലാക്കുന്നു. ഇത്തരം അവസാനഘട്ട ഓർമകൾ സ്വന്തം ജീവിതത്തിലെ ഒടുവിലത്തെ പോരാട്ടത്തിലാണു രാവണനിൽ കടന്നു വരുന്നതും. മനുഷ്യർക്കും ഇതിൽ നിന്നു പഠിക്കുവാനേറെ. സ്വന്തം മരണമടുക്കുമ്പോഴും സഹോദരനെയും മറ്റെല്ലാവരെയും സ്വന്തം സുരക്ഷയ്ക്കായി ഉപയോഗിക്കാൻ രാവണൻ മടിക്കുന്നില്ല. എങ്ങനെയും വിജയിക്കുക എന്നതു മാത്രമേ അപ്പോഴും രാവണൻ ചിന്തിക്കുന്നുള്ളൂ.

അദ്ധ്യായം ഇരുപത്തിനാല്

യുദ്ധകാണ്ഡം

അറുപത്താറാം സർഗം മുതൽ നൂറ്റിപ്പത്തു വരെ

(രാമരാവണയുദ്ധം വരെയാണ് ഈ അദ്ധ്യായത്തിൽ പ്രതിപാദ്യം)

കുംഭകർണ്ണൻ ഉണർന്നു കഴിഞ്ഞു. ഇനി യുദ്ധപ്പുറപ്പാടാണ്. പെരുവയറൻ ഭക്ഷണം വലിച്ചു വാരിക്കഴിച്ചു. പടക്കോപ്പണിഞ്ഞ് പിന്നെ യുദ്ധഭൂവിലേക്കിറങ്ങി. അവൻ വിതച്ച നാശം മറ്റൊന്നിനോടും താരതമ്യം ചെയ്യുവാനാകില്ല. അവൻ നടക്കുമ്പോൾ കാലടികൾക്കിടയിൽ പെട്ട് ചതഞ്ഞു പോയ വാനരന്മാർക്കു കണക്കില്ല. ആ ആക്രമണത്തിൽ, വാനരസേനയ്ക്കു പെരും ചേതം വരുമെന്നു കണ്ടപ്പോൾ ഹനുമാൻ അവനെ ആക്രമിച്ചു. ഒടുവിൽ രാമനും കുംഭകർണ്ണനും നേരിട്ടായി യുദ്ധം. അതിരൂക്ഷമായ ആ യുദ്ധം ദീർഘനേരം നീണ്ടുനിന്നു. ആ യുദ്ധത്തിനൊടുവിൽ രാമൻ അവന്റെ വൻ തല ഐന്ദ്രം എന്ന ശരം കൊണ്ടു മുറിച്ചെടുത്തു. അവന്റെ ഉടൽ കടലിലേക്കു പറപ്പിച്ചു. അങ്ങനെ ആ അരക്കന്റെയും കഥ കഴിഞ്ഞു.

കുംഭകർണ്ണവധം രാവണനു ചിന്തിക്കാനാവുന്നതിലും വലിയ ആഘാതമായി. ഒന്നിനു പിന്നാലെ പല അസുരന്മാരെയും സുഗ്രീവസേനയ്ക്കു വിനാശത്തിനായി രാവണൻ അയച്ചു. നരാന്തകൻ, ദേവാന്തകൻ, ത്രിശിരസ്സ്, അതികായൻ എന്നിവർ രാമബാണമേറ്റും ലക്ഷ്മണ ശരമേറ്റും നിലംപതിച്ചു. ഇതോടെ രാവണന് ആകെ പരവേശമായി. പരാജയം തൊട്ടു മുന്നിൽ. വിഭീഷണൻ, സുഗ്രീ

വൻ, സേനാനികൾ ഇവരോടൊപ്പം രാമലക്ഷ്മണന്മാരെ നേരിടാൻ പോന്ന ഒരു വീരനെ കാണാനാകുന്നില്ലല്ലോ എന്നവൻ ഖിന്നനായി. ഇനി ശത്രുക്കളെ അവർ വാനരന്മാരാണെന്നും, മാനുഷന്മാരെന്നും കരുതി അവജ്ഞ പാടില്ലെന്നു നിശ്ചയിച്ചു.

ഈ സമയം അച്ഛന്റെ ശോകം കണ്ടു പുത്രൻ ഇന്ദ്രജിത്ത് മുന്നിലെത്തി. യഥാർത്ഥത്തിൽ ഇന്ദ്രജിത്ത് വീരൻ തന്നെയാണ്. അവനെ വെല്ലുക എളുപ്പമല്ല. മായാവിയുമാണവൻ. യുദ്ധത്തിനിറങ്ങും മുൻപ് ഹോമം ചെയ്തു വിജയചിഹ്നങ്ങൾ കണ്ടു മോദിച്ച അവൻ അരക്കരോട് വാനരന്മാരെ പിടിച്ചു തിന്നുവാൻ അനുവാദം നൽകി. രാക്ഷസരുടെ ആക്രമണത്തിൽ മർക്കടന്മാർ നാലു വഴിക്കു പാഞ്ഞു.

ഇതു കണ്ട് ഇന്ദ്രജിത്ത് അസ്ത്രമഴ കൊണ്ടും ആക്രമണം നടത്തി. ചിലപ്പോൾ മുന്നിൽ നിന്നും ചിലപ്പോൾ മറഞ്ഞു നിന്നും അവൻ നടത്തിയ ആക്രമണങ്ങൾ ഭീകരമായി. അപ്പോൾ രാമൻ ലക്ഷ്മണനോടു പറഞ്ഞു, ഈ രാക്ഷസൻ ബ്രഹ്മാസ്ത്രം പ്രയോഗിച്ചു വാനരപ്രവരരെ ബോധം കെടുത്തിയിരിക്കുന്നു. ഭഗവാനിൽ നിന്നു വരം ലഭിച്ചവനാണിവൻ. അതിനാൽ അവന്റെ അസ്ത്രങ്ങൾ ഏറ്റുവാങ്ങി രണത്തട്ടിൽ വീണു തത്കാലം അവനിൽ വിജയിച്ചു എന്ന തോന്നൽ ജനിപ്പിച്ചു മടക്കി അയക്കുകയേ വഴിയുള്ളൂ എന്നു പറഞ്ഞു. അങ്ങനെ രാമനിർദ്ദേശപ്രകാരം പ്രവർത്തിച്ച വാനരസേന മയങ്ങിക്കിടക്കുന്നതു കണ്ട് എല്ലാവരെയും കീഴടക്കി എന്ന ധാരണയിൽ ഇന്ദ്രജിത്ത് മടങ്ങി.

വാനരപ്പട ഒന്നാകെ മോഹാലസ്യപ്പെട്ടു കിടക്കുകയാണ്. ബ്രഹ്മാമാസ്ത്ര ബന്ധനത്തിലാണവർ. ഇതു കണ്ടു ജാംബവാൻ, ഹനുമാൻ അടുത്തുണ്ടോ എന്നന്വേഷിച്ചു ഹനുമാന് ബ്രഹ്മാസ്ത്ര ബന്ധനം ഏൽക്കില്ല. അദ്ദേഹം ജാംബവാനു മുന്നിലെത്തി. ജാംബവാൻ ഹനുമാനോട് ഹിമാലയത്തിൽ ചെന്നു ഋഷഭത്തിനും കൈലാസത്തിനുമിടയിലുള്ള ഔഷധി പർവ്വതത്തിൽ നിന്നു മൃതസഞ്ജീവനി, വിശല്യകരണി, സുവർണ്ണകരണി, സന്ധാനകരണി എന്നീ ഔഷധങ്ങൾ എത്തിക്കുവാൻ ആവശ്യപ്പെട്ടു. ഹനുമാൻ വേഗം വാനിലുയർന്നു പറന്ന് ഹിമാലയത്തിലെത്തി. എന്നാൽ ഔഷധചെടികൾ കണ്ടെത്താനായില്ല. പകരം, ആ മല തന്നെ അടർത്തി ലങ്കയിലേക്കു വന്നു. ഔഷധച്ചെടികളുടെ ഗന്ധം ശ്വസി

ച്ചതോടെ വാനരർ ഉറക്കത്തിൽ നിന്നെന്ന പോലെ ഉണർന്നു.

വീണ്ടും യുദ്ധം തുടർന്നു. ഇക്കുറി, നികുംഭൻ, കുംഭൻ, മകരാക്ഷൻ എന്നിവർ വധിക്കപ്പെട്ടു. അതോടെ ഇന്ദ്രജിത്ത് വീണ്ടും പുറപ്പെട്ടു വന്നു. അവൻ രാമനെ നിർവീര്യനാക്കുവാൻ തേർത്തട്ടിൽ മായാ സീതയെ കാട്ടി, ഹനുമാനു മുന്നിൽ വച്ചു വധിക്കുക തന്നെ ചെയ്തു. അതു കണ്ട് ആർത്തനായ ഹനുമാൻ പറഞ്ഞ വിവരമറിഞ്ഞു രാമൻ മോഹാലസ്യപ്പെട്ടു. എന്നാൽ പൊടുന്നനെ വിഭീഷണൻ അത് ഇന്ദ്രജിത്തിന്റെ മായയാണെന്നു ധരിപ്പിച്ചു. ഒപ്പം ഇന്ദ്രജിത് രാമസേനയിൽ മായാ സീതാ വധം കൊണ്ടുണ്ടാക്കിയ ആശങ്കക്കിടയിൽ നികുംഭിലാ ചൈത്യത്തിലേക്കു പോയിരിക്കുകയാണെന്നും അവിടെ ചെന്ന് അവൻ ചെയ്യുന്ന യജ്ഞം പൂർത്തിയാക്കിയാൽ ആരാലും അവനെ വധിക്കുവാനാകില്ലെന്നും പറഞ്ഞുകൊടുത്തു. അതു കേട്ടതോടെ രാമന്റെ അനുഗ്രഹാശ്ശിസുകളോടെ ലക്ഷ്മണൻ സർവ്വായുധ ധരനായി രഥത്തിൽ ഇന്ദ്രജിത്തിനു പിന്നാലെ നികുംഭിലാ ചൈത്യത്തിലേക്കു പാഞ്ഞു. ലക്ഷ്മണനോടൊത്തു വിഭീഷണനും അവിടേക്കു വൻ പടയോടൊത്തു ഇന്ദ്രജിത്തിനു പിന്നാലെ വച്ചു പിടിച്ചു. രാക്ഷസന്മാരെ കാവൽ നിർത്തി യജ്ഞത്തിനു തയ്യാറെടുക്കുന്നതിനിടയിൽ അവന്റെ യജ്ഞവേദിയായ വടവൃക്ഷത്തിനരികിലേക്കു ലക്ഷ്മണൻ എത്തി. എത്രയും വേഗം അവനെ വധിക്കുക എന്നു വിഭീഷണൻ ലക്ഷ്മണനെ ഉപദേശിച്ചു. ഇതു കണ്ടു ഇന്ദ്രജിത്ത് സ്വന്തം ചെറിയച്ഛനായിട്ടും എങ്ങനെ ശത്രുപക്ഷത്തെ സഹായിക്കുവാൻ സാധിക്കുന്നുവെന്ന് വിഭീഷണനോടു ചോദിച്ചു.

അതിനുത്തരമായി ബ്രഹ്മർഷികുലത്തിൽ ജനിച്ചിട്ടും രാക്ഷസജീവിതം നയിച്ച്, എല്ലാ അധർമ്മവും ചെയ്യുന്ന ബന്ധുവിനെ ബന്ധുവായിക്കാണുവാനാകില്ലെന്നു വിഭീഷണൻ മറുപടി നൽകി. തുടർന്നു യജ്ഞം പൂർത്തിയാക്കാതെ യുദ്ധത്തിനിറങ്ങുകയേ ഇന്ദ്രജിത്തിനു മാർഗ്ഗമുണ്ടായുള്ളു. അതോടെ മനുഷ്യനായ നിന്നെക്കൊല്ലുവാൻ യജ്ഞം പൂർത്തിയാക്കേണ്ടതില്ലെന്നും പറഞ്ഞുകൊണ്ട് ഇന്ദ്രജിത്ത് ലക്ഷ്മണന്റെ അമ്പുകൾക്കു മറുപടി നൽകാൻ ആരംഭിച്ചു. ഇന്ദ്രജിത് ലക്ഷ്മണയുദ്ധം ആരംഭിച്ചു. വിഭീഷണൻ വാനരൻമാരുടെ ആത്മവിശ്വാസം കൂട്ടുവാനായ് അവരുടെ നേട്ടങ്ങൾ

എണ്ണിയെണ്ണിപ്പറഞ്ഞു. പ്രമുഖരായ രാക്ഷസന്മാർ ഏവരെയും വധിച്ചിരിക്കുന്നു. ഇനി ഇന്ദ്രജിത്തും രാവണനുമെ അവശേഷിക്കുന്നുള്ളു. അവരെക്കൂടി വധിച്ചാൽ സീതയെ മോചിപ്പിക്കാം. അതിനാൽ ഏറ്റവും ഉത്സാഹത്തോടെ യുദ്ധം ചെയ്യുവാൻ ഉപദേശിച്ചു. വാനരർ രാക്ഷസപ്പടയെ മുടിക്കുവാൻ ആരംഭിച്ചു. എന്നാൽ, ഇടയ്ക്കു ഇന്ദ്രജിത്ത് മൃത്യു രൂപമായി വാനരന്മാരെ കൊന്നൊടുക്കി. ഈ സമയം ശരവർഷവുമായി ലക്ഷ്മണൻ ഇന്ദ്രജിത്തിനു മേൽ പെയ്തിറങ്ങി. ഒടുവിൽ ഇന്ദ്രജിത്തിന്റെ തേരും തേരാളിയും നഷ്ടമായി. അവൻ മായ കൊണ്ട് അവിടെ നിന്ന് അപ്രത്യക്ഷനായി പുതിയ സ്വർണ്ണത്തേരിൽ പ്രത്യക്ഷനായി.

വീണ്ടും യുദ്ധം കടുത്തു. പരസ്പരം ഉപയോഗിച്ച ദിവ്യാസ്ത്രങ്ങളവർ ഭേദിച്ചു മുന്നേറി. ഇനിയും ക്ഷമിക്കുവാനാകില്ലെന്നു കണ്ട്, ലക്ഷ്മണൻ, ദശരഥപുത്രനായ രാമൻ ധർമ്മത്മാമാവും സത്യസന്ധനും പൗരുഷത്തിൽ എതിരില്ലാത്തവനുമാണെങ്കിൽ രാവണപുത്രനെ ഈ ബാണം വധിക്കട്ടെ എന്നു പ്രാർത്ഥിച്ചു. ആ അമ്പ് ഇന്ദ്രജിത്തിന്റെ തലയറുത്തു. അതോടെ രാഷസന്മാർക്കു നാഥനെ നഷ്ടമായി. ദേവകൾ ലക്ഷ്മണനു മേൽ പുഷ്പവൃഷ്ടി നടത്തി. ഇന്ദ്രജിത്തിനെ വധിച്ച ലക്ഷ്മണനെ രാമൻ ആശ്ലേഷിച്ച് അഭിനന്ദിച്ചു.

ഇന്ദ്രജിത്തും കൊല്ലപ്പെട്ടിരിക്കുന്നു. രാവണൻ ദുഃഖത്താൽ ദിനനായി. കോപത്താൽ ജ്വലിക്കുന്നവനായി. ഇനി പോര് രാവണൻ നേരിട്ടു തന്നെയെന്നു നിശ്ചയിച്ചു. ഉറ്റവർ നഷ്ടപ്പെട്ട രാക്ഷസീ വിലാപത്താൽ ലങ്ക മുഖരിതമായി. ഇന്ദ്രജിത്തിന്റെ മരണവാർത്തയറിഞ്ഞു അന്തഃപുരവിലാപം അവസാനിച്ചിട്ടില്ല. രാവണൻ, മഹോദരൻ വിരൂപാക്ഷൻ, മഹാ പാർശ്വൻ തുടക്കം സേനാനായകന്മാരെക്കൂടി യുദ്ധഭൂവിലേക്കയച്ചു. അവരും ക്ഷണനേരത്തിൽ കൊല്ലപ്പെട്ടു. ഒടുവിൽ ആ ഘട്ടത്തിൽ രാവണൻ തനിച്ചു യുദ്ധത്തിനിറങ്ങി.

രാമ രാവണയുദ്ധം ആരംഭിച്ചു. രാവണൻ അതിഘോരമായ താമസാസ്ത്രം പ്രയോഗിച്ചു വാനരന്മാരെ ചുട്ടു. അവർ ചുറ്റും ചത്തുവീണു. ബ്രഹ്മാവ് നിർമ്മിച്ച ആ അസ്ത്രം താങ്ങാൻ അവർക്കായില്ല. ഇതു കണ്ടു രാമലക്ഷ്മണന്മാർ ബാണങ്ങളെയ്തു തുടങ്ങി. രാമബാണങ്ങളെ നേരിട്ട രാവണൻ താമസാസ്ത്രം വീണ്ടും

പ്രയോഗിച്ചു. രാമൻ അതിനെ പാവകാസ്ത്രം കൊണ്ടു ഖണ്ഡിച്ചു. മഹാസ്ത്രങ്ങൾ പരസ്പരം ഖണ്ഡിച്ചു കൊണ്ടു രണ്ടു പേരും മുന്നേറി.

അസ്ത്രങ്ങൾ വിഫലമായതു കണ്ട് രാവണൻ കോപാന്ധനായി. അവൻ വിചിത്രങ്ങളായ ആയുധങ്ങൾ പലതും പ്രയോഗിച്ചു. അതിദ്യുതിമാനായ ലക്ഷ്മണൻ വേഗമേറിയ അമ്പുകൾ കൊണ്ടു രാവണന്റെ കൊടി പലതായി മുറിച്ചു. ഈ സമയം രാവണന്റെ ശ്രദ്ധ വിഭീഷണനു മേൽ പതിയുകയും വിഭീഷണനു നേരെ ശക്തമായ വേൽപ്രയാഗിക്കുകയും ചെയ്തു. അതു ലക്ഷ്മണൻ മൂന്നു കഷണങ്ങളാക്കി ചിതറിച്ചു. അതോടെ, അവൻ വേൽ ലക്ഷ്മണനു നേരെ പ്രയോഗിച്ചു. അത് ലക്ഷ്മണന്റെ നെഞ്ചു തുളച്ചു മണ്ണിലാഴ്ന്നു. ആ വേൽ പ്രയോഗിക്കുന്നതു കണ്ട രാമൻ ആ വേൽ ലക്ഷ്മണനു സ്വസ്തിയായി ഭവിക്കട്ടെ, രാവണോദ്യമം വിഫലമാകട്ടെ എന്നു പ്രാർത്ഥിച്ചു. എന്നാൽ ലക്ഷ്മണൻ വീണതു കണ്ട് രാമൻ വിഷാദവാനായി. രാമൻ ആ വേൽ ഊരിയെടുത്തു. എന്നാൽ ഇതു വിഷാദത്തിനുള്ള സമയമല്ല എന്നു തിരിച്ചറിഞ്ഞു, ലക്ഷ്മണനെ സംരക്ഷിക്കുവാൻ ആവശ്യപ്പെട്ട് രാവണനെ കൊല്ലാനുള്ള പോരു തുടങ്ങി. എന്നാലും ലക്ഷ്മണനെ പ്രതി രാമന്റെ ദുഃഖം മാറിയില്ല. അതു കണ്ടു സുഷേണൻ, അടുത്തു നിന്ന ഹനുമാനോട് വീണ്ടും മഹോദയ പർവ്വതത്തിൽ പോയി വിശല്യകരണി, സാവർണ്യകരണി, സംജീവകരണി എന്നിവ കൊണ്ടുവരാൻ ആവശ്യപ്പെട്ടു. ഒരിക്കൽക്കൂടി ഹനുമാൻ ഔഷധമലയുമായി തിരികെ വന്നു. അതിലെ ഔഷധികൾ കൊണ്ടു നസ്യം ചെയ്തതോടെ ലക്ഷ്മണൻ പൂർവ്വസ്ഥിതി പ്രാപിച്ചു.

ലക്ഷ്മണന്റെ ജീവൻ രക്ഷിച്ചതോടെ രാമൻ ഉത്സാഹത്തോടെ യുദ്ധം തുടർന്നു. ഈ സമയം രാവണൻ രാമന്റെ രഥം തകർത്തു. അതു കണ്ട് ഇന്ദ്രൻ, വേഗം തന്നെ തന്റെ രഥവും സാരഥിയെയും രാമനു നൽകി. ആ തേർത്തട്ടിലേറിയായി അടുത്ത യുദ്ധം. ഈ സമയം ദേവകൾ വിജയത്തിനായി ആദിത്യഹൃദയ മന്ത്രം രാമന് ഉപദേശിച്ചു. മൂന്നു പ്രാവശ്യം അതു ജപിച്ച ശേഷം യുദ്ധം തുടരുവാൻ ആവശ്യപ്പെട്ടു. അതോടെ പടിപടിയായി രാമൻ രാവണന്റെ തേര് തേരാളി, എന്നിവ തകർത്തു. പിന്നെ, രാവണന്റെ നെഞ്ചു

തകർത്തു പൈതാമഹാസ്ത്രം രാമന്റെ ആവനാഴിയിൽ തിരികെ എത്തി. ദേവന്മാർ രാമനുമീതെ പുഷ്പവൃഷ്ടി നടത്തി.

സാരാംശം

യുദ്ധത്തിലെമ്പാടും നിർണ്ണായക ഘട്ടങ്ങളിൽ നിറഞ്ഞു നിൽക്കുന്ന ഒരു വ്യക്തിത്വമുണ്ട്. വിഭീഷണനാണത്. ഇന്ദ്രനെ വെന്നതിനാൽ ഇന്ദ്രജിത് എന്നു പേരു വന്ന രാവണപുത്രൻ രാവണിയെന്ന മേഘനാദനെ വധിക്കുക ദുഷ്കരമാണ്. അവൻ നിത്യവും ഹോമയാഗങ്ങൾ ചെയ്യുന്നവനും മായാവിയും, അസ്ത്രശസ്ത്ര വിശാരദനുമാണ്. അങ്ങനെ ഒരാൾ എന്തൊക്കെ മായാവിദ്യകൾ കാട്ടുമെന്നത് രാമനോ സുഗ്രീവാദികൾക്കോ മനസിലാകുന്ന ഒന്നല്ല. അവിടെ കൃത്യമായി ഇടപെട്ട് രാമസേനയുടെ മാനസിക ബലം സംരക്ഷിക്കുന്നത് വിഭീഷണനാണ്. ഒന്നറിയണം നാം, രാവണനോ രാവണിയോ ദേവകളാലോ അസുരന്മാരാലോ അവധ്യരാണ്. അവർ കരുത്തിന്റെ പര്യായങ്ങളാണ്. അവരെ വധിക്കുവാൻ ആദ്യമുണ്ടാകേണ്ടത് മാനസികമായ ശക്തിയാണ്.

ആദ്യം നാഗാസ്ത്രമേറ്റു ബോധരഹിതരാകുന്നുണ്ട് രാമസേന അപ്പാടെ. എന്നാൽ അവിടെ എവിടെ നിന്നെന്നില്ലാതെ വന്നെത്തിയ ഗരുഡൻ രക്ഷകനാകുന്നു. പിന്നീടു മായാ സീതാ വധ ഘട്ടത്തിലും, രാവണന്റെ വേൽപ്രയോഗത്തിൽ ലക്ഷ്മണൻ വീഴുമ്പോഴുമൊക്കെ രാമൻ ദുർബലനാകുന്നുണ്ട്. നാഥൻ തളർന്നാൽ പടയുടെ കാര്യം പറയുവാനുണ്ടോ? ഇവിടെയൊക്കെ വിഭീഷണൻ ആധുനിക കാലത്തെ പ്രചോദനാത്മക നേതൃസ്വഭാവത്തിൽ ആ പടയുടെ വീര്യം വീണ്ടെടുക്കുന്നതു കാണാം.

രാവണനു മീതേ രാമന്റെ ജയം, അല്ലെങ്കിൽ തിന്മയുടെ മേൽ നന്മയുടെ ജയം ഇങ്ങനെ നമ്മൾ രാമായണത്തെ ചുരുക്കാറുണ്ട്. എന്നാൽ ഓരോ സർഗത്തിലും ആദികവി വെളിപ്പെടുത്തുന്ന രാമനും രാവണനും മനുഷ്യർ സ്വന്തം ജീവിതത്തിൽ മനസിലാക്കേണ്ട പാഠങ്ങൾ കൂടി നൽകുന്നുണ്ട്.

൦൦

അദ്ധ്യായം ഇരുപത്തിയഞ്ച്

യുദ്ധകാണ്ഡം

നൂറ്റിപ്പതിനൊന്നു മുതൽ നൂറ്റി ഇരുപത്തെട്ട് വരെ സർഗങ്ങൾ

(രാവണസംസ്കാരം മുതൽ ശ്രീരാമ പട്ടാഭിഷേകം വരെ)

രാവണൻ കൊല്ലപ്പെട്ടിരിക്കുന്നു. ഇനി അദ്ദേഹത്തിന് ഉചിതമായ സംസ്ക്കാരം നൽകേണ്ടതുണ്ട് എന്ന് രാമൻ വിഭീഷണനോട് ആവശ്യപ്പെട്ടു. അതു ശിരസ്സാവഹിച്ചു വിഭീഷണൻ വേണ്ട എല്ലാ സൗകര്യങ്ങളും ഏർപ്പെടുത്തി, ഉത്തമമായ ചിത ചമച്ചു. അന്തഃപുര സ്ത്രീകൾ കണ്ണീർ വാർത്തുകൊണ്ടു മലർ തൂകി. യഥാവിധി ചിതയ്ക്കു തീ കൊളുത്തി. രാവണസർഗം ശേഷക്രിയകൾക്കു ശേഷം രാമൻ വിഭീഷണനെ ലങ്കാധിപതിയായി അഭിഷേകം ചെയ്തു. അതിനു ശേഷം ഹനുമാനെ അടുത്തു വിളിച്ചു സീതയോട് രാവണവധത്തെക്കുറിച്ചും യുദ്ധവിജയത്തെക്കുറിച്ചും പറയുവാൻ ഏർപ്പാടു ചെയ്തു. ഹനുമാൻ ഉടനെ അശോകവനികയിൽ എത്തുകയും ഒറ്റ വസ്ത്രവുമായി, മലിനയായി ദുഃഖിതയായിരിക്കുന്ന സീതയോടു രാമ വിജയത്തെക്കുറിച്ചു വിവരിക്കുകയും ചെയ്തു. അതു കേട്ടു ഒരു നിമിഷം ആനന്ദം കൊണ്ടു സീത നിശ്ശബ്ദയായി. പിന്നെ പ്രിയ വാർത്ത കേട്ടു കണ്ണു നിറഞ്ഞ് ഹനുമാന് എന്തു സമ്മാനം നൽകുമെന്നു ചിന്തിച്ചു നിന്നു. ഈ സമയം ഹനുമാൻ ഇത്ര കാലം സീതയെ ക്രൂരമായി ഉപദ്രവിച്ച രാക്ഷസികളെ മുടിച്ചു കളയട്ടെ എന്നു ചോദിച്ചു. എന്നാൽ, ശ്രേഷ്ഠ പുരുഷൻ പാപകർമ്മികളായ മറ്റാളുകളുടെ പാപകർമ്മത്തിനു പ്രതികാരം ചെയ്യാറില്ല

എന്നു മറുപടി പറഞ്ഞു ഹനുമാനെ സീത തടഞ്ഞു.

സീതയെ കാര്യങ്ങൾ ധരിപ്പിച്ചതായി ഹനുമാൻ മടങ്ങിച്ചെന്നു രാമനെ അറിയിച്ചു. ഈ സമയമായപ്പോഴേയ്ക്കു കുളിച്ച് പട്ടുവസ്ത്രങ്ങളണിഞ്ഞ് രാമസവിധത്തിലെത്തണമെന്നു രാമൻ ആവശ്യപ്പെട്ടതായി വിഭീഷണനും അന്തഃപുര സ്ത്രീകൾ മുഖേന സീതയെ ധരിപ്പിച്ചു. രാമാജ്ഞ അനുസരിച്ചു സീത പട്ടുവസ്ത്രങ്ങളും മാല്യങ്ങളും ആഭരണങ്ങളും ധരിച്ചു പല്ലക്കിൽ രാമനടുത്തേക്കു ചെന്നു. സീത വരുന്ന വഴിയിൽ വാനരന്മാരും അരക്കന്മാരും സീതയെ കാണുവാൻ തിക്കിതിരക്കി. വിഭീഷണന്റെ സൈനികർ അവരെ നിയന്ത്രിച്ചു എന്നാൽ പെട്ടെന്നു രാമൻ അതു തടഞ്ഞു. എന്നിട്ടു പറഞ്ഞു, 'പല്ലക്കിൽ നിന്നിറങ്ങി സീത നടന്നു വരട്ടെ. വ്യസനകാലത്തോ, ആപത്കാലത്തോ, സ്വയംവര വേളയിലോ, യാഗത്തിലോ, സ്ത്രീയെ മറ്റുള്ളവർ കാണുന്നതിൽ തെറ്റില്ല. മാത്രവുമല്ല ഇപ്പോൾ ഞാനിവിടെ ഉണ്ടുതാനും.'

ആർക്കും രാമന്റെ മുഖത്തേക്കു നോക്കുവാൻ പോലുമായില്ല. തുടർന്നു രാമൻ സീതയോടു പറഞ്ഞു, 'അന്യന്റെ അന്തഃപുരത്തിൽ പാർത്തവളെ സ്വീകരിക്കുവാൻ എനിക്കാകില്ല. ഇനി ആർക്കൊപ്പം വേണമെങ്കിലും, എങ്ങോട്ടു വേണമെങ്കലും സീതയ്ക്കു പോകാം. നീ സ്വതന്ത്രയാണ്.' രാമന്റെ ക്രൂരമായ വാക്കുകൾ കേട്ടു സീത, 'പിന്നെന്തിനാണു ഹനുമാനെ അയച്ചതെന്നും ഇത്ര അധികം ജീവഹാനി വാനരന്മാർക്കു സംഭവിക്കും വിധം യുദ്ധം വേണ്ടിയിരുന്നില്ലല്ലോ?' എന്നും ചോദിച്ചു. അതിനു മറുപടിയായി, ഭാര്യ അപഹരിക്കപ്പെട്ടു എന്ന അപമാനം കുലത്തിനു സംഭവിക്കാതിരിക്കുവാനാണ് അതു ചെയ്തവനെ കൊന്നത് എന്നു രാമൻ പറഞ്ഞുവച്ചു. അതോടെ ഇനി ഭൂമിയിൽ വാഴുന്നതിൽ അർത്ഥമില്ലെന്നു കണ്ട്, സീത ലക്ഷ്മണനോടു ചിത ചമയ്ക്കുവാൻ ആവശ്യപ്പെട്ടു. ലക്ഷ്മണൻ അതനുസരിച്ചു. ഒരു നിമിഷമെങ്കിലും താൻ രാമനെ മനസാ ഉപേക്ഷിക്കുകയോ ഓർക്കാതിരിക്കുകയോ ചെയ്തിട്ടുണ്ടെങ്കിൽ എന്നെ സ്വീകരിക്കുക എന്ന് അഗ്നിദേവനോടു പ്രാർത്ഥിച്ചു കൊണ്ടു സീത അഗ്നിയിൽ പ്രവേശിച്ചു.

ഈ സമയം എല്ലാ ദേവകളും ഭൂമിയിൽ രാമനു മുന്നിലെത്തി. അവർ രാമനോട് അങ്ങു വെറും മർത്യനല്ല എന്നും മറിച്ച്,

സാക്ഷാൽ ദേവനാരായണൻ തന്നെയാണെന്നും അറിയിച്ചു. ഈ സമയം അഗ്നി, ഒരു പോറൽ പോലുമില്ലാതെ സീതയെ കൈകളിലേന്തി രാമനു മുന്നിലെത്തിച്ചു. എന്നിട്ട്, കളങ്കമേതുമില്ലാത്ത സീതയെ സ്വീകരിക്കുക എന്നാജ്ഞാപിച്ചു. ഇതു കേട്ടു രാമൻ, സീതയിൽ തനിക്കൊരു വിധ സംശയവുമില്ലെന്നും, പക്ഷേ ലോകർ നാളെ പഴിക്കുമെന്നു ഭയന്നാണ് അപ്രകാരം പെരുമാറേണ്ടി വന്നതെന്നും അറിയിച്ചു. ഈ സമയം സ്വർഗ്ഗലോകത്തു നിന്നും ദേവകൾക്കൊപ്പം വന്ന ദശരഥനും മൂവർക്കു മുന്നിലും പ്രത്യക്ഷനായി അവരെ അനുഗ്രഹിച്ചു. എല്ലാ ദേവകളും മടങ്ങി.

അതോടെ അയോധ്യയിലേക്കു മടക്കയാത്രക്കുള്ള ഒരുക്കമായി. പുഷ്പകവിമാനത്തിൽ വിഭീഷണനും, സുഗ്രീവനും അടക്കമുള്ള വാനര പ്രമുഖന്മാരുമായി അയോധ്യയിലേക്കു മടങ്ങി. രാമനിർദ്ദേശപ്രകാരം ഹനുമാൻ രാമന്റെ വരവ് ഭരതനെ അറിയിച്ചു. അതിൻ പ്രകാരം രാമനെ സ്വീകരിക്കുവാൻ അയോധ്യ ഒരുങ്ങി. ഏവരും എത്തിച്ചേർന്നതോടെ താമസംവിനാ അയോധ്യാപതിയായി ശ്രീരാമ പട്ടാഭിഷേകവും നടന്നു.

സാരാംശം

രാമായണത്തെ ഏറെ തെറ്റിദ്ധരിച്ച ഒരു ഭാഗം ഈ അദ്ധ്യായത്തിൽ ഉണ്ട്. ഒരു സ്ത്രീപക്ഷ വായനയിൽ ഒരിക്കലും പാടില്ലാത്തത് എന്നു തന്നെ പറയാവുന്ന ഒരു നീക്കം രാമനിൽ നിന്നും സീതയുടെ നേർക്ക് ഉണ്ടാകുന്നുണ്ട്. നീ ആർക്കൊപ്പം വേണമെങ്കിലും പൊയ്ക്കോ എന്നുള്ള തള്ളിപ്പറച്ചിൽ എത്രമാത്രം ഉചിതമാണെന്ന ചോദ്യം എല്ലാക്കാലത്തും ഉയരുന്നു? ആത്മത്യാഗം ചെയ്യാനൊരുമ്പെടുന്ന സീതയുടെ നിലപാടും വിമർശനാത്മകമാണ്. അങ്ങനെ ആത്മഹത്യ ചെയ്യുവാനായിരുന്നെങ്കിൽ ഇതൊക്കെ എന്തിനായിരുന്നു എന്നതാണ് മറ്റൊരു ചോദ്യം. ഒന്നു പറയാനാകും, രാമൻ ഒരു ഉത്തമഭരണാധികാരിയാണ്, വംശമഹിമയും കുലമഹിമഹും കാത്തു പോരേണ്ടതുണ്ട്. അവിടെ സീത രാമനൊപ്പമാണ്. ഒരു ഉത്തമനായ രാജ്യാധിപന്റെ ഭാര്യയായിരിക്കുക അത്ര സുഗമമല്ല എന്നു സീതയും കാട്ടിത്തരുന്നു.

ററ

അദ്ധ്യായം ഇരുപത്താറ്

ഉത്തരകാണ്ഡം

ഒന്നു മുതൽ നാൽപ്പത്തിനാലു വരെ .

രാവണവധത്തിനും ശ്രീരാമ പട്ടാഭിഷേകത്തിനും ശേഷം അയോധ്യ സാധാരണ നിലയിൽ വർത്തിക്കുന്ന കാലം. ഈ സമയം അവിടേക്ക് നാലുദിക്കുകളിൽ നിന്നുമുള്ള ബ്രഹ്മർഷിമാർ അഗസ്ത്യമുനിയുടെ നേതൃത്വത്തിൽ എത്തിച്ചേർന്നു. വസിഷ്ഠൻ, കശ്യപൻ, അത്രി, വിശ്വാമിത്രൻ, ഗൗതമൻ, ജമദഗ്നി, ഭരദ്വാജൻ എന്നിവരും അവിടെ എത്തിച്ചേർന്നു. രാമൻ ഏവരെയും സ്വീകരിച്ചാനയിച്ചു. രാവണനെയും, രാവണിയെയും കാലപുരിക്കയച്ച രാമലക്ഷ്മണന്മാരെ അവർ പ്രശംസിച്ചു. അപ്പോൾ രാമൻ, എങ്ങനെയാണ് രാവണന്റെ കുലമുണ്ടായത് എന്ന് ആരാഞ്ഞു. അഗസ്ത്യമുനി കഥ പറഞ്ഞു തുടങ്ങി.

കൃതയുഗത്തിൽ പുലസ്ത്യൻ എന്നു പേരായ ബ്രഹ്മർഷി ഉണ്ടായിരുന്നു. അദ്ദേഹത്തിന്റെ മകൻ പൗലസ്ത്യൻ, പുത്രൻ വിശ്രവസ്സ്. വിശ്രവസ്സിനും ഭാര്യ, ഭരദ്വാജപുത്രി ദേവവർണ്ണിനിയുടെയും പുത്രനായി വൈശ്രവണൻ പിറന്നു. വൈശ്രവണൻ തപസു ചെയ്ത് ഇന്ദ്രൻ, വരുണൻ, യമൻ എന്നിവർക്കൊപ്പം സ്ഥാനം നേടി. അദ്ദേഹം ധനത്തിന്റെ അധിപനായി. ഒപ്പം സഞ്ചരിക്കുവാൻ പുഷ്പകവിമാനവും നൽകി ബ്രഹ്മാവ്. അതിനു ശേഷം, വൈശ്രവണനു പാർക്കാനായി രാക്ഷസർ ഒഴിഞ്ഞു പോയ, അമരാവതിക്കു തുല്യമായ ലങ്ക നിർദ്ദേശിച്ചു. അങ്ങനെ വൈശ്രവണൻ അവിടെ ജീവിച്ചു വന്നു.

ഇത്രയും പറഞ്ഞ ശേഷം മുനി, രാക്ഷസോൽപ്പത്തിയെക്കുറിച്ചു പറഞ്ഞു തുടങ്ങി. താമരപ്പൂവിൽ പിറന്ന പ്രജാപതി, ജലത്തെ സൃഷ്ടിച്ചു പിന്നെ, ജന്തുജാലങ്ങളെയും. വിശപ്പും ദാഹവും കൊണ്ടു വലഞ്ഞവ പ്രജാപതിക്കു മുന്നിലെത്തി, അദ്ദേഹം അവരിൽ വിശപ്പില്ലാത്തവർ 'രക്ഷാമ' എന്നും വിശപ്പുള്ളവർ 'യക്ഷാമ' എന്നും പറഞ്ഞു. ആദ്യത്തെ കൂട്ടർ രാക്ഷസർ എന്നും രണ്ടാമത്തെ കൂട്ടർ യക്ഷന്മാർ എന്നും അറിയപ്പെട്ടു. അതിൽ രാക്ഷസരെ നയിച്ചത് ഹേതി, എന്നും പ്രഹേതി എന്നും പേരായ രണ്ടു മഹാരാക്ഷസന്മാരാണ്. ഹേതി പുത്രനായ വിദ്യുത്കേശന്റെ പുത്രൻ സുകേശൻ, അവന്റെ പുത്രന്മാർ മാല്യവാൻ, സുമാലി, മാലി. മൂന്നു പേരും തപസു ചെയ്തു ശക്തരായി ദേവന്മാർക്കു നേരെ ആക്രമണം അഴിച്ചു വിട്ടു കൊണ്ടു ജീവിച്ചു വന്നു. അവരുടെ ആവശ്യപ്രകാരമാണ് ദേവന്മാർക്ക് അമരാവതി പോലെ രാക്ഷസന്മാർക്കു ലങ്ക വിശ്വകർമ്മാവ് സൃഷ്ടിച്ചത്. അങ്ങനെ രാക്ഷസർ ലങ്കയിൽ പാർപ്പു തുടങ്ങി. ഇതിനിടയിൽ രാക്ഷസന്മാരുടെ ശല്യം സഹിക്കാതെ നാരായണൻ അവരെ പതാള ലോകമായ രസാതലത്തിലേക്കു ഓടിച്ചു. അങ്ങനെ രാക്ഷസർ ഒഴിഞ്ഞ ലങ്കയിലാണ് വൈശ്രവണൻ പാർത്തു തുടങ്ങിയത്.

അടുത്തതായി അദ്ദേഹം രാവണന്റെ ഉത്പത്തി കഥ പറഞ്ഞു.

സുമാലിയുടെ പുത്രി കൈകസി, വൈശ്രവണനെ ഒരിക്കൽ കണ്ടു. എന്നിട്ട് സ്വന്തം ഗതി ഓർത്തു ദുഃഖിച്ചു. ലങ്ക വിട്ടു രസാതലമെന്ന പാതാളത്തിലെ അനാഥമായ ജീവിതത്തിൽ ദുഃഖിതയായി. അവൾ നേരെ വിശ്രവസ്സിനെ സമീപിച്ചു, തനിക്കു വൈശ്രവണനെപ്പോലെയുള്ള മക്കളെ വേണമെന്ന് അപേക്ഷിച്ചു. വിശ്രവസ്സ്, കൈകസിയോടു ദാരുണമായ അവസ്ഥയിൽ തന്നെ സമീപിച്ചതിനാൽ മക്കൾ രാക്ഷസരും ക്രൂര കർമ്മികളുമാകുമെന്നറിയിച്ചു. ഒടുവിൽ അവളുടെ അപേക്ഷ പ്രകാരം ഒരു പുത്രൻ ധർമ്മത്തിൽ ചരിക്കുമെന്നും അനുഗ്രഹിച്ചു. അങ്ങനെ വിശ്രവസ്സിന്റെയും കൈകസിയുടെയും പുത്രന്മാരായി രാവണൻ, കുംഭകർണ്ണൻ, ധർമ്മാത്മാവായ വിഭീഷണൻ എന്നീ പുത്രന്മാരും രാക്ഷസിയായ ശൂർപ്പണഖയും ജനിച്ചു. പതിനായിരം വർഷം ഘോരതപസു ചെയ്ത രാവണൻ പ്രബലനായി. അവൻ, വൈശ്രവണനെ ലങ്കയിൽ നിന്ന് ഓടി

ച്ചു വിട്ട്, പുഷ്പകവിമാനവും തട്ടിയെടുത്ത് അവിടെ പാർപ്പു തുടങ്ങി. അങ്ങനെയിരിക്കെ നാരായണ പത്നിയാകുവാൻ തപസ്സു ചെയ്തിരുന്ന വേദവതി എന്ന ഋഷി കന്യകയെ അവൻ ആക്രമിച്ചു. അവൾ, നിന്നെ നേരിട്ടു കൊല്ലാൻ എനിക്കാകില്ലെങ്കിലും, നിന്റെ നാശത്തിനായി അയോനിജയായി, സ്നേഹമുള്ള അച്ഛനു മകളായി ഞാൻ വീണ്ടും വരും എന്നു പറഞ്ഞ് തീ കൂട്ടി അതിൽ ചാടി മരിച്ചു. ശേഷം, അവൾ താമരയിൽ പിറന്നു. താമര നിറമാർന്ന ആ കുഞ്ഞ് കാരണം മരണം ഫലം എന്നു കണ്ട രാവണൻ ആ കുഞ്ഞിനെ കടലിൽ ഒഴുക്കി. എന്നാൽ ആ കുട്ടിയെ പിന്നീടു ജനകനു ഉഴവുചാലിൽ നിന്നു ലഭിച്ചു. ആ വേദവതിയാണു സീത. ഒടുവിൽ ത്രേതായുഗത്തിൽ ആ വേദവതി മൂലം രാവണൻ കൊല്ലപ്പെട്ടു. വേദവതിയുടെ ശാപത്തിനും മുൻപുള്ള കഥകളാണിനി. രാവണ വിക്രമത്തിന്റെ കഥകൾ.

രാവണന്റെ വിക്രമം പാരിലെങ്ങും വളരുന്ന സമയം അവൻ, യമനെയും വരുണനെയും തോൽപ്പിച്ചു. അഹങ്കാരിയായ അവൻ തനിക്കു മോഹം തോന്നുന്ന ഏതു സ്ത്രീയെയും ആക്രമിച്ചു. അത്തരത്തിൽ നൂറു കണക്കിനു സ്ത്രീകളെ പിടികൂടി പുഷ്പക വിമാനത്തിലേറ്റി ലങ്കയിലെത്തിച്ചു. ഭൂമിയിൽ സ്ത്രീകളുടെ നിലവിളി വർദ്ധിച്ചു.

ഭൂമിയും പാതാളവും കാൽച്ചുവട്ടിലാക്കിയ രാവണൻ തുടർന്നു ദേവന്മാരെ തോൽപ്പിക്കുവാൻ നിശ്ചയിച്ചു. അതിനായി വൻ പടയുമായി വീണ്ടും പുറപ്പെട്ടു. അതി മനോഹരമായ കൈലാസ പർവ്വത പ്രദേശത്ത് എത്തിയപ്പോൾ അവിടെ രാത്രി വിശ്രമത്തിനായി തങ്ങാൻ അവൻ തീരുമാനിച്ചു. ഈ സമയം ദേവസദസ്സിലെ അപ്സരസ് രംഭ അതി മനോഹരിയായി അതുവഴി വരുന്നുണ്ടായിരുന്നു. രംഭയിൽ അവനു മോഹമുദിച്ചു. അവൻ രംഭയെ സമീപിച്ചു. അവൾ പറഞ്ഞു, അങ്ങ് ക്ഷമിക്കുക. ഞാൻ അങ്ങയുടെ പുത്ര ഭാര്യയാണ്. വൈശ്രവണപുത്രൻ നളകൂബരന്റെ പ്രേയസിയാണു ഞാൻ. എന്നെ പ്രാപിക്കുന്നത് അധർമ്മമാണ്. അതു കേട്ടു രാവണൻ, രംഭയോട് അവൾ ഒരു അപ്സരസ്സാണെന്നും. അത്തരക്കാർക്കു ഭർത്താക്കന്മാർ പതിവില്ലെന്നും, മാത്രവുമല്ല, രാക്ഷസർ ഏക പത്നീ വ്രതക്കാരല്ലാത്തതിനാൽ പുത്ര ഭാര്യയെന്ന നിയമം ബാധ

കവുമല്ല എന്നു പറഞ്ഞു ബലമായി അവളെ പ്രാപിച്ചു. രംഭ കരഞ്ഞു കൊണ്ടു, തന്നെ കാത്തിരിക്കുന്ന നളകൂബരന്റെ അടുത്തെത്തി കാര്യങ്ങൾ പറഞ്ഞു. ദുഃഖം കൊണ്ടു തകർന്ന അദ്ദേഹം, അനുമതിയില്ലാതെ ഏതു പെണ്ണിനെ തൊട്ടാലും രാവണന്റെ തല പൊട്ടിച്ചിതറും എന്നു ശപിച്ചു. അതോടെ രാവണൻ പിടിച്ചു വച്ച പതിവ്രതകളായ സ്ത്രീകൾക്ക് ആശ്വാസമായി.

തുടർന്നു ദേവാസുര യുദ്ധം ആരംഭിച്ചു. രാക്ഷസനായ സുമാലിയെ ഇന്ദ്രൻ വധിച്ചു. അതിൽ കുപിതനായ രാവണൻ ഇന്ദ്രനുമായി യുദ്ധം തുടങ്ങി. രാത്രിയും അതു തുടർന്നു. ഈ സമയം രാവണപുത്രൻ രാവണി, ഇന്ദ്രനെ പിടികൂടി ബന്ധിച്ചു. ഇതു കണ്ടു ദേവന്മാരും പ്രജാപതിയും ഇന്ദ്രനെ വിട്ടുതരണമെന്ന് അപേക്ഷിച്ചു അവനടുത്തെത്തി. എന്നാൽ അവൻ ചോദിച്ചത് ചിരഞ്ജീവി ആയിരിക്കുവാനുള്ള വരമാണ്. എന്നാൽ അതു നൽകുവാനാകില്ല എന്നു പ്രജാപതി അറിയിച്ചു. തുടർന്ന് അവൻ വളരെ വിചിത്രമായ മറ്റൊരു വരം ചോദിച്ചു. ഏതൊരു യുദ്ധത്തിനു പുറപ്പെടും മുൻപും അവൻ യാഗം ചെയ്ത് അഗ്നിയിൽ മന്ത്രപൂർവ്വം ഹവ്യം അർപ്പിക്കും. അപ്പോൾ അഗ്നി, പോരിനിറങ്ങുവാൻ കുതിരകളോടൊത്തു തേര് നൽകണം. ആ തേരിലിരിക്കുമ്പോൾ ആർക്കും തന്നെ വധിക്കാനാകരുത്. എന്നാൽ ജപ ഹോമാദികൾ പൂർത്തിയാക്കാനാകും മുൻപു യുദ്ധം ചെയ്യേണ്ടി വന്നാൽ അവനു നാശം സംഭവിച്ചോട്ടെ. അങ്ങനെ ഒരു വരം നേടി എടുത്ത ശേഷം ഇന്ദ്രനെ വിട്ടു കൊടുത്തു. ആ വരമാണ് ഇന്ദ്രജിത്തിന്റെ മരണത്തിനു കാരണമായതും. ലക്ഷ്മണനുമായി പോരിനു പുറപ്പെടുമ്പോൾ അവന്റെ യാഗം പൂർത്തിയായിരുന്നില്ല. ആ ശാപ വിവരം വിഭീഷണനാണു ലക്ഷ്മണനെ ധരിപ്പിച്ചതും, യാഗം പൂർണ്ണമാകും മുൻപു വീണ്ടും യുദ്ധത്തിനു പ്രേരിപ്പിക്കുന്നതും.

ഈ സമയം രാക്ഷസരുടെ പിടിയിലായി കാന്തി നഷ്ടപ്പെട്ട ഇന്ദ്രനോടു ദേവ പിതാമഹൻ ബ്രഹ്മാവ് ഇങ്ങനെ പറഞ്ഞു. ഒരു ശാപത്താലാണു നീ ബന്ധനത്തിൽ പെട്ടത്. ആ കഥ ഇതാണ്. പണ്ടു ബ്രഹ്മാവു പ്രജകളെ സൃഷ്ടിച്ചപ്പോൾ പുരുഷനെ മാത്രമേ സൃഷ്ടിച്ചുള്ളൂ. പിന്നീട് താനുണ്ടാക്കിയ പ്രജകളുടെ ഏറ്റവും വിശിഷ്ടമായ ഗുണങ്ങൾ മാത്രമെടുത്തു ഒരു നാരിയെ സൃഷ്ടിച്ചു. യാതൊരു

വൈകല്യവുമില്ലാത്ത അവൾക്കു അഹല്യ എന്നു പേരു നൽകി. എന്നിട്ടു ഗൗതമ മുനിയോടു അവളെ പരിപാലിക്കൂ എന്നു പറഞ്ഞു നൽകി. അനേക വർഷം യാതൊരു കളങ്കവുമില്ലാതെ ജിതേന്ദ്രിയ നായ മുനി കാത്തു സൂക്ഷിച്ച അവളെ ബ്രഹ്മാവു പത്നിയായി ഗൗതമനു തന്നെ നൽകി. അതിൽ ഇന്ദ്രൻ അടക്കം സർവ്വർക്കും അസൂയ തോന്നി. ഇന്ദ്രൻ, മഹർഷി ഇല്ലാത്ത തക്കത്തിന് മഹർഷി രൂപം പൂണ്ട് അവളെ പ്രാപിച്ചു.

അതറിഞ്ഞ മഹർഷി ഇന്ദ്രനെ ശപിച്ചു. അന്യന്റെ ഭാര്യയെ പ്രാപിച്ച ഇന്ദ്രൻ ശത്രുവിനാൽ ബന്ധിക്കപ്പെടും. മാത്രവുമല്ല, ഈ സമ്പ്രദായം പാരിൽ മനുഷ്യരുടെ ഇടയിലും സംഭവിക്കും. അതിൽ പകുതി പാപവും ഇന്ദ്രൻ പേറേണ്ടി വരും എന്നും ശപിച്ചു. തുടർന്നു അഹല്യയോടു പറഞ്ഞു, ഇത്ര സുന്ദരമായ ശരീരം നിനക്കു മാത്രം എന്നു ചിന്തിച്ചാണല്ലോ നീ അധർമ്മം പ്രവർത്തിച്ചത്, അതിനാൽ ലോകത്ത് മറ്റു മനുഷ്യന്മാർക്കും സൗന്ദര്യം ഉണ്ടാകട്ടെ എന്നു ശപിച്ചു. അപ്പോൾ അഹല്യ തന്നിൽ കോപമരുത് എന്നും മഹർഷിയുടെ രൂപത്തിൽ ഇന്ദ്രൻ വന്നതിനാലാണു തെറ്റുപറ്റിയ തെന്നും പറഞ്ഞു. ഇതു കേട്ടു ഗൗതമൻ, ഇക്ഷ്വാകു കുലത്തിൽ ഒരു മഹാരഥൻ പിറക്കുമെന്നും ആ ബാലൻ മഹാവിഷ്ണു രൂപമെ ടുക്കുന്നതാണെന്നും. രാമനെന്നു പേരായ അവനെ കാണുമ്പോൾ നീ പാപമുക്തയാകുമെന്നും അറിയിച്ചു. അങ്ങനെ പാപമുക്തയാ യ ശേഷം മുനിയോടൊപ്പം വസിക്കാം എന്നും അറിയിച്ചു അദ്ദേ ഹം തപസിനു പോയി.

ഇത്രയും കഥകൾ കേട്ടു കഴിഞ്ഞപ്പോൾ രാമൻ ഹനുമാന് ഇപ്ര കാരം അസാമാന്യ കഴിവുണ്ടായതെങ്ങനെ എന്നു ചോദിച്ചു. അഗസ്ത്യൻ തുടർന്നു. വായുവിന്റെയും അഞ്ജനയുടെയും പുത്രനായ മാരുതി ജനിച്ചതേ വിക്രമനായാണ്. ഒരിക്കൽ മകനു വേണ്ടി ഫലങ്ങൾ ശേഖരിക്കാൻ അമ്മ പുറത്തു പോയ തക്കത്തി നു വിശന്ന ബാലൻ, സൂര്യനെ ഏതോ പഴമെന്നു ധരിച്ചു പിടിക്കു വാൻ പാഞ്ഞു. സൂര്യനെ ഗ്രസിക്കുവാൻ തക്കം പാർത്ത രാഹു അതു കണ്ടു ഇന്ദ്രനോടു പരാതി പറഞ്ഞു. അതറിഞ്ഞു ഇന്ദ്രൻ തന്റെ വജ്രായുധം ആ കുഞ്ഞിനു നേരെ പ്രയോഗിച്ചു. അവൻ താഴെ ഭൂമിയിൽ പതിച്ചു. അവന്റെ ഒരു കോമ്പല്ല് ഒടിഞ്ഞു പോയി.

അതു കണ്ടു കോപിച്ച വായു, മകനെയും എടുത്ത് ഒരു ഗുഹയ്ക്കുള്ളിൽ കടന്നിരുന്നു. ലോകം വായുവില്ലാതെ കഷ്ടത്തിലായി. ഒടുവിൽ സർവ്വ ദേവന്മാരും വായുവിനു മുന്നിലെത്തി മാപ്പു പറഞ്ഞു, കുട്ടിക്ക് ഹനുമാനെന്നു പേരു നൽകി, ചിരഞ്ജീവിത്വം ഉൾപ്പെടെ അനുഗ്രഹിച്ചു മടങ്ങി. എന്നാൽ ബാലനായ മാരുതി മഹാവികൃതിയായിരുന്നു. അവന്റെ ശല്യം സഹിക്കാതെ മഹർഷിമാർ അവനെ ശപിച്ചു. ആരെങ്കിലും ഓർമ്മിപ്പിക്കാതെ നീ ഇനി നിന്റെ കഴിവുകളെക്കുറിച്ച് ഓർക്കില്ല എന്ന്. അതോടെ ആ ബാലന്റെ അക്രമം അവസാനിച്ചു വിനയമുള്ളവനായി, ഹനുമാനായി മാറി. പിന്നീട് സീതാന്വേഷണ ഘട്ടത്തിൽ ജാംബവാനാണ് ഹനുമാന് കിട്ടിയ വരങ്ങളെക്കുറിച്ചു പറഞ്ഞു കൊടുത്തു സ്വന്തം

കഴിവു ഓർമ്മിപ്പിച്ച് സീതാന്വേഷണത്തിനും സമുദ്രം തരണം ചെയ്യുവാനുള്ള സാഹചര്യം സൃഷ്ടിച്ചത്. അപ്രകാരം ജാംബവാന്റെ നിർദ്ദേശാനുസരണം ഹനുമാൻ പ്രവർത്തിച്ചതിനാൽ സീതാന്വേഷണം വിജയകരമായി പൂർത്തിയാക്കുവാനായി.

സാരാംശം

രാമായണത്തെ തള്ളിപ്പറയുന്നവർക്കും രാവണനെ നായകനാക്കുന്നവർക്കും പല വ്യാഖ്യാനങ്ങളുമുണ്ടാകും. എന്നാൽ എന്തു കൊണ്ടു രാവണൻ രാമനാൽ കൊല്ലപ്പെട്ടു എന്നതിന്റെ വിശദീകരണം വേദവതിയുടെ കഥയിലൂടെ ആദികവി നൽകുന്നുണ്ട്. ഒപ്പം വായിക്കുന്നവരുടെ ഭാവനയ്ക്കനുസരിച്ചു കാര്യങ്ങളെ വിശദീകരിക്കുവാനുള്ള സാധ്യത തുറന്നു വയ്ക്കുന്നുമുണ്ട്. അതിനാൽ പല വിധത്തിൽ രാമായണം അവതരിപ്പിക്കപ്പെടുന്നു എന്നു ചിന്തിക്കാനേ സാധിക്കുന്നുള്ളൂ.

ㅇㅇ

അദ്ധ്യായം ഇരുപത്തിയേഴ്

ഉത്തരകാണ്ഡം

നാൽപ്പത്തഞ്ചു മുതൽ തൊണ്ണൂറു വരെ സർഗങ്ങൾ

രാവണനെക്കുറിച്ചും, മാരുതിയെക്കുറിച്ചും രാക്ഷസോൽപ്പത്തിക്കഥകളും മുനിമാരിൽ നിന്നും കേട്ടറിഞ്ഞ് അയോധ്യയിൽ ഏവരും ധന്യരായി. ഈ സമയം രാമൻ, അവനവന്റെ ആവശ്യങ്ങളും രാജ്യവും ഉപേക്ഷിച്ചു തനിക്കു തുണയായി നിന്ന ഏവരെയും ഇനിയും അവനവന്റെ രാജ്യങ്ങളിലേക്കു പോകാൻ അനുവദിക്കാതിരിക്കുന്നതു ശരിയല്ലെന്നു കണ്ട്, അവർക്കു പോകുവാൻ അനുമതി നൽകി. ഒപ്പം ധാരാളം ഉപഹാരങ്ങളും നൽകി. അതിഥികൾ ഏറെ സന്തോഷവാന്മാരായി മടങ്ങി. പിന്നെ രാമൻ, പകൽ രാജ്യകാര്യങ്ങൾക്കും രാത്രി അന്തഃപുരത്തു സീതയുടെ പ്രിയതോഴനായും നിലകൊണ്ടു. അയോധ്യയിൽ ഏവരും ഏറ്റവും സന്തോഷത്തോടെ ജീവിച്ചു. ഒരുതരത്തിലുള്ള അനർത്ഥങ്ങളും അവിടെ ഉണ്ടായില്ല. വൈധവ്യമോ, ബാലമരണമോ, മക്കൾക്കു ഉദകക്രിയ ചെയ്യേണ്ടി വരുന്ന മുതിർന്നവരോ, അയോധ്യയിൽ ഉണ്ടായില്ല. അതിവർഷമോ, വരൾച്ചയോ അയോധ്യയെ ബാധിച്ചില്ല. രോഗവും, ദുഃഖവും പ്രജകൾ മറന്നു.

അങ്ങനെയിരിക്കെ ആ ശുഭവാർത്തയും വന്നു. സീത ഗർഭവതിയായി. അതറിഞ്ഞ രാമൻ പ്രേമത്താൽ നിനക്കെന്തു വേണ്ടുവെന്ന് സീതയോട് ആരാഞ്ഞു. പണ്ടു താമസിച്ച മുനിമാരുടെ ആശ്രമത്തിൽ ഒരു രാവു തങ്ങണമെന്നും അവർക്കു ധാരാളം സമ്മാനങ്ങൾ നൽകി അവരെ സന്തോഷിപ്പിക്കണം എന്നതുമാണ് തന്റെ ആഗ്രഹമെന്നു സീത പറഞ്ഞു. അതങ്ങനെയാകട്ടെ എന്നു രാമൻ അനുവദി

ക്കുകയും ചെയ്തു. പകൽ രാമൻ രാജ്യകാര്യങ്ങളിൽ മുഴുകവെ രാജ്യത്തിന്റെ പല കോണുകളിൽ നിന്നും എത്തിയ ചാരന്മാർ രാമനു മുന്നിലെത്തി. അവർ പല കാര്യങ്ങളും പറഞ്ഞു രാമനെ പ്രീതിപ്പെടുത്തി. എന്നാൽ രാമന് അറിയേണ്ടിയിരുന്നത് കാട്ടിലും നാട്ടിലും ജനങ്ങൾ ഭരിക്കുന്നവരെക്കുറിച്ച് എന്തു പറയുന്നുവെന്നതായിരുന്നു. അതു കേട്ടു കൂട്ടത്തിലൊരാൾ തല താഴ്ത്തിക്കൊണ്ടു പറഞ്ഞു, 'രാക്ഷസൻ അപഹരിച്ചു തന്റെ ഒപ്പം പാർപ്പിച്ച സീതയോടൊത്തു കഴിയുമ്പോൾ രാമനു സന്തോഷിക്കാനാകുമോ? ഇനി നമുക്കും ഇത്തരം ഭാര്യമാരെ സഹിക്കേണ്ടതായി വരും. രാജാവ് എന്തു പ്രവർത്തിക്കുന്നോ അതു തന്നെയാണു പ്രജകളുടെയും വിധി.' ഈ രീതിയിൽ രാജ്യത്തു പല കോണിൽ നിന്നും സംസാരം ഉയരുന്നുണ്ട് എന്നവർ രാമനെ അറിയിച്ചു. ചാരന്മാരെ പിരിച്ചുവിട്ട ശേഷം, മൂന്നു സഹോദരന്മാരെയും രാമൻ വിളിച്ചു കൂട്ടി. ഏറെ ദുഃഖിതനായ രാമൻ അവരോടു നാട്ടിലെ വൃത്താന്തം അറിയിച്ചു. അനന്തരം ലക്ഷ്മണനോടു സീതയെ പിറ്റേന്നു തന്നെ വനത്തിൽ, വാല്മീകി മഹർഷിയുടെ ആശ്രമത്തിൽ ഉപേക്ഷിച്ചു മടങ്ങുവാൻ ആവശ്യപ്പെട്ടു. സീത പരിശുദ്ധയെന്ന കാര്യത്തിൽ യാതൊരു സംശയവുമില്ലെങ്കിലും ജനഹിതം കാണാതിരുന്നു കൂടാ എന്ന ചിന്തയായിരുന്നു രാമന്.

പിറ്റേന്നു പുലർച്ചെ വാല്മീകി ആശ്രമത്തിലേക്കു കൊണ്ടു പോകുവാൻ താൻ വരുമെന്നു ലക്ഷ്മണൻ സീതയെ അറിയിച്ചു. അവൾ മുനി പത്നിമാർക്കായി ധാരാളം കാഴ്ചദ്രവ്യങ്ങളുമൊരുക്കി കാത്തു നിന്നു. പിറ്റേന്നു ഒരു പകൽ യാത്ര ചെയ്തു, ഗംഗ മുറിച്ചു കടന്നു ലക്ഷ്മണൻ സീതയെ വാല്മീകി ആശ്രമ പരിസരത്ത് എത്തിച്ച ശേഷം ഉണ്ടായ സംഗതികൾ ധരിപ്പിച്ചു. അവൾ കണ്ണീരോടെ രാമനാൽ താൻ പരിത്യജിക്കപ്പെട്ടു എന്ന സത്യം തിരിച്ചറിഞ്ഞു. ലക്ഷ്മണൻ സീതയുടെ പാദം കുമ്പിട്ടു വണങ്ങി കണ്ണീരോടെ തിരികെ മടങ്ങി.

കണ്ണീരിൽ കുളിച്ചു വെറും നിലത്തു കിടക്കുന്ന സീതയെ വാല്മീകി മഹർഷിയുടെ ശിഷ്യർ കണ്ടെത്തുകയും, സീതയുടെ വരവു മനക്കണ്ണിൽ കണ്ടു, അവൾ വിമലയെന്നു തിരിച്ചറിഞ്ഞു തന്റെ ആശ്രമത്തിലേക്കു കൂട്ടി.

ദിവസങ്ങളും മാസങ്ങളും കടന്നു പോയി. ഈ സമയം ചില മഹർഷിമാർ രാമനോടു മധുവനത്തിൽ ലവണാസുരൻ എന്ന രാക്ഷസന്റെ ശല്യം സഹിക്കാൻ കഴിയുന്നില്ല എന്നറിയിച്ചു. അവന്റെ കൈയ്യിലെ ദിവ്യമായ വേൽ അവനെ അജയ്യനാക്കുന്നുവെന്നും വേഗം അവനെ വധിക്കണമെന്നും അപേക്ഷിച്ചു. അതു കേട്ടു രാമൻ, ശത്രുഘ്നനെ അതിനു നിയോഗിച്ചു. വേനൽ കഴിഞ്ഞു മഴക്കാല ആരംഭത്തിൽ അവനറിയാതെ അവനെ കൊല്ലുക എന്നു പറഞ്ഞു, മധുവനത്തിലെ രാജാവായി ശത്രുഘ്നനെ അഭിഷേകം ചെയ്ത ശേഷം രാമൻ, സോദരനെ യാത്ര അയച്ചു. യാത്രാമധ്യേ വാല്മീകി ആശ്രമത്തിൽ ശത്രുഘ്നൻ രാത്രി തങ്ങി. ആ രാവിൽ സീത രണ്ട് ആൺകുഞ്ഞുങ്ങൾക്കു ജന്മം നൽകി. വാല്മീകി മഹർഷി ആദ്യം പിറന്നവനു കുശനെന്നും പിന്നാലെ പിറന്നവനു ലവനെന്നും പേരു നൽകി. യുദ്ധത്തിനു പോകും മധ്യേ രാമനു പുത്രന്മാർ ജനിച്ച വൃത്താന്തം കേൾക്കാനിടയായതിൽ ശത്രുഘ്നന് അതിയായ സന്തോഷം ഉളവായി. കുശലവന്മാരുടെ ജനന വാർത്ത കേട്ടു സന്തോഷത്തോടെ ലവണാസുരനെ വധിക്കുവാൻ ശത്രുഘ്നൻ ഒരുങ്ങി. ഈ സമയം ച്യവന മഹർഷി ശത്രുഘ്നനോടു ലവണന്റെ കയ്യിലെ ദിവ്യമായ വേൽ കൈയ്യിൽ ഉള്ള കാലം അവൻ അവധ്യനാണെന്നും. അതിനാൽ അക്കാര്യത്തിൽ ശ്രദ്ധ വയ്ക്കണം എന്നു അനുഗ്രഹിച്ചയച്ചു.

ശത്രുഘ്നൻ വില്ലു ധരിച്ച് ദിവ്യങ്ങളായ അമ്പുകളും എടുത്തുകൊണ്ടു മധുവനത്തിലെ ലവണന്റെ കൊട്ടാരത്തിനു മുന്നിൽ കാത്തുനിൽപ്പായി. അസുരൻ വേട്ടയാടിപ്പിടിച്ച അനേകം മൃഗങ്ങളെ കൈയ്യിൽ തൂക്കി വരികയായിരുന്നു. വഴിമുടക്കി നിൽക്കുന്ന ശത്രുഘ്നനെ കണ്ട് അവൻ കൊല്ലാനായി പാഞ്ഞടുത്തു. അസ്ത്രങ്ങൾ കൊണ്ടു ശത്രുഘ്നൻ അവനെ നേരിട്ടു. ഒരു വേള ലവണന്റെ ആക്രമണത്തിൽ ശത്രുഘ്നൻ ബോധരഹിതനാവുക പോലും ചെയ്തു. എന്നാൽ പെട്ടെന്നുണർന്ന് അവനു നേരെ പണ്ടു ബ്രഹ്മാവിനാൽ നിർമ്മിതമായ ഘോരമായ അസ്ത്രം തൊടുത്തു. അതവന്റെ മാറു പിളർന്നു രസാതലം വരെ പോയി തിരികെ ആവനാഴിയിൽ പ്രവേശിച്ചു. ലവണാസുരവധം കണ്ടു ദേവന്മാർക്കു സന്തോഷമായി. അവർ ശത്രുഘ്നനോട് എന്തു വരമാണു വേണ്ടതെന്നു ചോദിച്ചു. മധു വനം ഒരു മികച്ച ജനപഥമാക്കി മാറ്റിത്ത

രണം എന്ന വരമാണു അദ്ദേഹം ആവശ്യപ്പെട്ടത്. അങ്ങനെ യമുനാ തീരത്തു മധുരാപുരം സൃഷ്ടിക്കപ്പെട്ടു.

പന്ത്രണ്ടു വർഷം അവിടെ പാർത്തു കാര്യങ്ങൾ എല്ലാം ശോഭനമായിക്കഴിഞ്ഞപ്പോൾ രാമനെക്കാണുവാൻ ശത്രുഘ്നനു മോഹമായി. അദ്ദേഹം ധാരാളം ഉപഹാരങ്ങളുമായി രാമസവിധത്തിലേക്കു യാത്രയായി. പോകും വഴി വാല്മീകി ആശ്രമത്തിൽ ഒരു രാത്രി തങ്ങി. ആ രാത്രി ആരോ അതിമനോഹരമായി രാമചരിതം പാടുന്നതു കേട്ടു. പഴയ കഥകൾ ഓർത്ത് അദ്ദേഹത്തിന്റെ കണ്ണു നിറഞ്ഞു. എങ്കിലുമത് ആരെന്നോ എന്തെന്നോ അന്വേഷിക്കാൻ നിന്നില്ല. പിറ്റേന്നു മുനിയുടെ അനുവാദം വാങ്ങി അതിവേഗം അയോധ്യയിലെത്തി രാമനെ കണ്ടു. രാമൻ കുശലങ്ങൾ അന്വേഷിച്ച. ഏവർക്കും മോദമായി. പിന്നെ ഏഴു നാൾ തങ്ങി ശത്രുഘ്നൻ മധുരയിലേക്കു തിരിച്ചുപോയി. നാളുകൾ കടന്നു പോകവേ രാമൻ സഹോദരന്മാരുമായി രാജസൂയം നടത്തിയലോ എന്നഭിപ്രായം ചോദിച്ചു. എന്നാൽ ഭരതൻ അതു വേണ്ടെന്നും, ലോകം രാമനെ അംഗീകരിക്കുന്നതിനാൽ അശ്വമേധം മതിയാകുമെന്നും അഭിപ്രായം പറഞ്ഞു. ആ പറഞ്ഞതിൽ കാര്യമുണ്ടെന്നു തോന്നിയ രാമൻ അശ്വമേധം നടത്തുവാൻ തീരുമാനിച്ചു.

സാരാംശം

രാമായണം പരിസമാപ്തിയിലേക്കു മുന്നേറുകയാണ്. കുശലവന്മാരുടെ ജനനമാണ്. ഈ അദ്ധ്യായത്തിലെ പ്രധാന കാഴ്ച. ഒപ്പം ഒരു തെറ്റും ചെയ്യാതെ തന്നെ, ഭരണാധികാരിയുടെ സ്വഭാവത്തിൽ അശേഷം കളങ്കമുണ്ടാകരുത് എന്ന രാമന്റെ നിർബന്ധവും, ഉപേക്ഷിക്കപ്പെടുമ്പോഴും അതു നാടിനു വേണ്ടിയാണെന്ന ബോധം സൂക്ഷിക്കുന്ന സീതയും എക്കാലത്തെയും മാതൃകകളായി തുടരും.

൦൦

അദ്ധ്യായം 28

ഉത്തരകാണ്ഡം
തൊണ്ണൂറ്റി രണ്ടു മുതൽ ഫലശ്രുതി വരെ

ഭരത നിർദ്ദേശപ്രകാരം അശ്വമേധം നടത്തുക എന്ന നിശ്ചയത്തിൽ രാമനെത്തി. ഇനി ഒരുക്കങ്ങൾ ആരംഭിക്കുകയാണ്. യജ്ഞത്തിനുള്ള കറുകറുത്ത നിറമുള്ള ലക്ഷണയുക്തമായ കുതിരയെ രാമൻ അയച്ചു. ഋത്വിക്കുകളോടൊത്ത സേനയെ ലക്ഷ്മണനൊപ്പം അശ്വത്തെ കാക്കുവാൻ നിയോഗിച്ച ശേഷം, രാമൻ യജ്ഞഭൂമിയായ നൈമിഷത്തിലേക്കു പോയി. എല്ലാം അവിടെ തയ്യാറായിരുന്നു. സുഗ്രീവനും അനുചരന്മാരും അതിഥികളെ സത്കരിക്കുവാൻ നിയുക്തരായി. എല്ലാ അതിഥികളേയും വിധിപോലെ സത്ക്കരിച്ചു. എല്ലാവിധ ദാന കർമ്മങ്ങളും നടത്തി. ഓരോ വ്യക്തിയെയും സന്തുഷ്ടരാക്കി രാമൻ.

ഈ സമയം വാല്മീകി മഹർഷിയും പരിവാരസമേതം യജ്ഞഭൂമിയിലെത്തി. അവർ അവിടെ പർണ്ണശാല ചമച്ചു. മഹർഷി തന്റെ രണ്ടു പ്രിയ ശിഷ്യരോടു പിറ്റേന്നു യജ്ഞഭൂവിലെ പാതയോരങ്ങളിലൂടെ ശ്രുതിമധുരമായ ശബ്ദത്തിൽ രാമകഥ പാടണമെന്ന് ആവശ്യപ്പെട്ടു. അതു കേട്ടു രാജാവ് യജ്ഞ സദസിലേക്കു ക്ഷണിച്ചാൽ അവിടെ വച്ചും ശ്രുതിമധുരമായി പാടിക്കേൾപ്പിക്കണമെന്നു ആവശ്യപ്പെട്ടു. ആരെന്നു ചോദിച്ചാൽ വാല്മീകി ശിഷ്യരെന്നു മാത്രം പറയുവാൻ ഉപദേശിച്ചു.

പിറ്റേന്നു രണ്ടു ശിഷ്യരും രാമകഥ ആലപിച്ചു തുടങ്ങി. ഇതു രാമനും കേട്ടു. രാമൻ അവരെ സദസ്സിലേക്കു കൂട്ടുവാൻ കല്പിച്ചു.

എല്ലാവരും നിരന്ന സദസ്സിൽ കുട്ടികൾ ഗാനമാലപിച്ചു തുടങ്ങി. ആ നാദവിസ്മയത്തിൽ ഏവരും അതിശയിച്ചു. ഗാനം പൂർത്തിയാക്കവെ രാമൻ ആ ഗായകർക്കു ഉചിതമായ സമ്മാനങ്ങൾ നൽകുവാൻ ഭരതനോടു ആവശ്യപ്പെട്ടു. എന്നാൽ ഗായകർ സ്വർണ്ണമോ വെള്ളിയോ കൈക്കൊണ്ടില്ല. അവർ ആരെന്ന ചോദ്യത്തിനു വാല്മീകി ശിഷ്യരെന്നു ചൊല്ലി അവർ മടങ്ങി. യജ്ഞത്തിനിടയിൽ നിത്യവും രാമായണ ഗാനം പാടുവാൻ രാമൻ അവരോട് ആവശ്യപ്പെട്ടു. അതനുസരിച്ചു യജ്ഞത്തിനനുസരിച്ചു രാമകഥയും പുരോഗമിച്ചു. ഒടുവിൽ ഗാനത്തിനു നടുക്കുവച്ചു ആ ബാലന്മാരായ കുശലവന്മാർ സീതാ പുത്രരെന്നറിഞ്ഞ്, ആ സദസ്സിൽ വച്ചു, സീത സദ്വൃത്തയെങ്കിൽ, നിഷ്പാപയെങ്കിൽ മഹാമുനിയുടെ അനുമതിയോടെ ആത്മശുദ്ധി വരുത്തട്ടെയെന്നു മുനിയോടു പറയുവാൻ ദൂതരെ അയച്ചു. മുനി അതു കേട്ടു. എന്നിട്ടു പതിവാക്യം തന്നെ സ്ത്രീകൾക്കു മുഖ്യം. നാളെ സീതാശപഥം നടക്കും. ആരൊക്കെ അതു കാണുവാൻ ആഗ്രഹിക്കുന്നുവോ അവർക്കൊക്കെ അവിടെ സന്നിഹിതരാകാമെന്നു പറഞ്ഞു.

അടുത്ത ദിവസം മുനിയുടെ പിന്നാലെ, രാമനെ മാത്രം നിനച്ചു സാധ്വിയായ സീത സദസിലെത്തി. അവിടെ വച്ചു വാല്മീകി സീത പരിശുദ്ധയാണെന്നു രാമനു മുന്നിൽ സത്യം പറഞ്ഞു. അതു കേട്ടു രാമൻ, ലോക ഭയത്താലാണു താൻ സീതയെ ഉപേക്ഷിച്ചതെന്നും, സീത, ജനമധ്യത്തിൽ ശുദ്ധയെന്നു തെളിയിക്കട്ടെ എന്ന് ആവശ്യപ്പെട്ടു. അതു കേട്ടു സീത കൂപ്പുകൈയ്യോടെ ഭൂമിദേവിയോടു ഇങ്ങനെ പ്രാർത്ഥിച്ചു. 'രാമനെ ഒഴിച്ചു മറ്റാരെയും ഇന്നുവരെ നിനച്ചിട്ടില്ലെങ്കിൽ, ഭൂമിദേവി എനിക്കു ഇടം നൽകുമാറാകട്ടെ.'

സീതയുടെ പ്രാർത്ഥന ധരണീദേവി കേട്ടു. പെട്ടെന്നു ഭൂമി പിളർന്ന് ഒരു സിംഹാസനം ഉയർന്നു വന്നു. അതിൽ നിന്നും ധരണീദേവി സീതയെ ആശ്ലേഷിച്ചു കൈപിടിച്ചു മടിയിലിരുത്തി ഭൂമിക്കടിയിലേക്കു അന്തർധാനം ചെയ്തു. അതു കണ്ടു രാമൻ ശോകാർത്തനായി. പിന്നെ കോപത്തോടെ ഭൂമിയോടു സീതയെ മടക്കിത്തരൂ എന്ന് ആവശ്യപ്പെട്ടു. എന്നാൽ ദേവന്മാർ അതു തടഞ്ഞു. ഒപ്പം ഭവിഷ്യത് കാണ്ഡമായ ഉത്തരകാണ്ഡം അദ്ദേഹം ഒറ്റയ്ക്കു കേൾക്കണമെന്നും ആവശ്യപ്പെട്ടു. അങ്ങനെ ഉത്തരകാണ്ഡവും

കേട്ടു, കാര്യങ്ങൾ ഗ്രഹിച്ചു, യജ്ഞവും പൂർത്തിയാക്കി മക്കളെയും കൂട്ടി രാമൻ അയോധ്യയിൽ തിരികെ എത്തി. പിന്നീടും ധാരാളം യജ്ഞങ്ങൾ നടന്നു. കാലം പോകവേ രാമന്റെ മൂന്ന് അമ്മമാരും ദേഹം വെടിഞ്ഞു. ഈ സമയം, ഭരതന്റെ മാതുലൻ യുധാജിത് തന്റെ ഗുരു ഗാർഗ്യനെ അയോധ്യയിലേക്കയച്ചു. അദ്ദേഹം യുധാജിതിന്റെ ആവശ്യം രാമനെ അറിയിച്ചു. സിന്ധുവിന്റെ ഇരുകരകളിലുമായി ഗന്ധർവ്വന്മാർ കാത്തു രക്ഷിക്കുന്ന ദേശമുണ്ട്. അതു കീഴടക്കിയാൽ രണ്ടു പുരങ്ങളാക്കി മാറ്റാം എന്ന യുധാജിതിന്റെ ആവശ്യം മാനിച്ചു രാമൻ, ഭരതനെ അതിനായി നിയോഗിച്ചു. ഭരതൻ അവിടെയെത്തി യുദ്ധത്തിൽ ഗന്ധർവ്വന്മാരെ തോൽപ്പിച്ചു തിരികെ അയോധ്യയിലെത്തി. എല്ലാവരും സന്തോഷത്തോടെ വസിക്കെ രാമൻ, ലക്ഷ്മണപുത്രന്മാർക്കു ഭരിക്കുവാൻ രണ്ടു പുരങ്ങൾ നിർദ്ദേശിക്കുവാൻ ഭരതനോടു പറഞ്ഞു.

അങ്ങനെ, ചന്ദ്രകേതുവിന് ചന്ദ്രകാന്തമെന്ന പുരവും, അംഗദനു കാരുപഥ ദേശവും ഭരതൻ നിർദ്ദേശിച്ചു. ആ ദേശം കീഴടക്കി കുമാരന്മാരുടെ അഭിഷേകവും നടത്തി. കാലം കടന്നു പോയി രാമന്റെ ഭൂമിയിലെ വാസം പതിനായിരം വർഷം തികയുവാറായി. ഈ ഘട്ടത്തിൽ, കാലൻ താപസ രൂപമെടുത്ത് അയോധ്യയിൽ എത്തി. മറ്റാരും കേൾക്കാതെ രാമനോടു മാത്രം സംസാരിക്കണമെന്നു ആ താപസൻ ആവശ്യപ്പെട്ടു. ലക്ഷ്മണനോടു രാമൻ തന്റെ മുറിക്കു പുറത്തു മറ്റാരും കടക്കാതെ കാവൽ നിൽക്കുവാൻ ആവശ്യപ്പെട്ടു. ആരെങ്കിലും കടന്നുവെന്നാൽ മരണശിക്ഷ നൽകുമെന്നും അറിയിച്ചു. താപസ രൂപത്തിൽ വന്ന കാലൻ, രാമനു ഭൂമിയിൽ പാർക്കേണ്ട കാലം കടന്നിരിക്കുന്നുവെന്നും ദേവലോകത്തേക്കു മടങ്ങി വരണമെന്നും അപേക്ഷിച്ചു. അവർ സംഭാഷണം തുടരവെ, പൊടുന്നനെ ദുർവ്വാസാവു മഹർഷിയും പരിവാരങ്ങളും അവിടെ വന്നു ചേർന്നു. അദ്ദേഹം ഒരു കഠിന തപസിലായിരുന്നുവെന്നും അത് അവസാനിപ്പിക്കുവാൻ രാമന്റെ കയ്യിൽ നിന്നും ജലപാനം കഴിക്കണമെന്നും അതിനാൽ കാത്തുനിൽക്കാനാവില്ലെന്നും ആ നിമിഷം രാമനെ കാണണമെന്നും വാശി പിടിച്ചു.

ഒടുവിൽ, മുനികോപം സംഭവിക്കാതിരിക്കുവാൻ ലക്ഷ്മണൻ രാമന്റെ മുറിയിലേക്കു കയറി കാര്യം അറിയിച്ചു. വേഗം താപ

സനെ പറഞ്ഞയച്ചിട്ടു രാമൻ യഥാവിധി മഹർഷിയെ സ്വീകരിച്ചു. മഹർഷി മടങ്ങിയപ്പോൾ രാമൻ, ലക്ഷ്മണനു പ്രതിജ്ഞാലംഘനം നടത്തേണ്ടി വന്നല്ലോ എന്നോർത്തു ദുഃഖിതനായി. ലക്ഷ്മണനെ വധിക്കുവാൻ തനിക്കാവില്ല എന്നു പറഞ്ഞ രാമനോട്, വസിഷ്ഠൻ, സത്യപാലനത്തിനായി ലക്ഷമണനെ വെടിഞ്ഞാലുമെന്നു അഭ്യർത്ഥിച്ചു. രാമൻ ദുഃഖത്തോടെ ലക്ഷ്മണനോടു, സൗമിത്രേ, നിന്നെ ഞാൻ ത്യജിക്കുന്നു. ധർമ്മഹാനി ഭവിക്കരുത്. ത്യാഗമോ, വധമോ ചെയ്യാം. സത്തുക്കൾക്കു രണ്ടും സമം എന്നു പറഞ്ഞു.

ലക്ഷ്മണൻ കണ്ണീരിൽ കുളിച്ച മിഴിയോടെ സരയുവിൽ ആചമനം ചെയ്ത് സർവ്വ ഇന്ദ്രിയങ്ങളും നിരോധിച്ചു ശ്വാസമടക്കി നില കൊണ്ടു. ഈ സമയം ഇന്ദ്രൻ ഭൂമിയിലെത്തി ലക്ഷ്മണനെ കൈക്കൊണ്ടു. ലക്ഷമണനെ വെടിഞ്ഞ രാമൻ, ഇനി ഭൂമിയിൽ തുടരുവാൻ ആഗ്രഹിക്കുന്നില്ല എന്നു ഭരതനെ അറിയിച്ചു. ഭരതനും രാമനെ പിന്തുടരുവാൻ ആഗ്രഹം പ്രകടിപ്പിച്ചു. അതോടെ കോസലത്തിൽ കുശനെയും വടക്കു ലവനെയും അഭിഷേകം ചെയ്തു. ഈ സമയം വിവരങ്ങൾ ശത്രുഘ്നനെ അറിയിക്കുവാൻ ദൂതർ പോയി. പുത്രന്മാരെ അവിടെ വാഴിച്ച് ശത്രുഘ്നനും അയോധ്യയിൽ എത്തിച്ചേർന്നു.

രാമൻ, മഹാപ്രസ്ഥാനത്തിനൊരുങ്ങുന്നുവെന്നറിഞ്ഞു അയോധ്യാവാസികളും അതു തന്നെ നിശ്ചയിച്ചു. അങ്ങനെ അയോധ്യാവാസികൾ ഏവർക്കുമൊപ്പം രാമനും ഭരതനും ശത്രുഘ്നനും സരയൂ തീരത്തെത്തി, ജലത്തിലിറങ്ങി. ഈ സമയം ബ്രഹ്മാവ് അന്തരീക്ഷത്തിൽ നിന്നും വിഷ്ണോ, അങ്ങ് അങ്ങയുടെ ഇഷ്ടരൂപം സ്വീകരിക്കുക എന്നു പറഞ്ഞു. അതു കേട്ടു രാമൻ വൈഷ്ണ തേജസിലേക്കു സഹോദരന്മാർക്കൊപ്പം പ്രവേശിച്ചു. അയോധ്യാവാസികൾ ആരൊക്കെ അപ്പോൾ സരയുവിൽ ശരീരം വെടിഞ്ഞുവോ അവർ രാമനിൽ ചെന്നു ചേർന്നു. രാമൻ ഉപേക്ഷിച്ച അയോധ്യ ഏറെക്കാലം ശൂന്യമായിക്കിടന്നു. പിന്നെ ഋഷഭനെ രാജാവായി ലഭിച്ചതോടെ ജനവാസമുള്ളതായി തീർന്നു. ഇങ്ങനെ വാല്മീകി രചിത രാമായണം, ഉത്തരകാണ്ഡം ഉൾപ്പെടെ പൂർണ്ണമാകുന്നു. രഘുനാഥചരിതം മുഴുവൻ വായിക്കുന്നവൻ പ്രാണാവസാനത്തിൽ വിഷ്ണുലോകം പ്രാപിക്കുമെന്നു ഫലശ്രുതി.

ശ്രീമദ് വാല്മീകി രാമായണം സമ്പൂർണ്ണം

ശ്രീ സീതാലക്ഷ്മണ ഭരത ശത്രുഘ്ന

ഹനുമത് സമേത ശ്രീരാമചന്ദ്ര

പരബ്രഹ്മണേ നമഃ.

ശുഭം ഭൂയാത്.

൦൦

www.ingramcontent.com/pod-product-compliance
Lightning Source LLC
LaVergne TN
LVHW060121051026
849517LV00007B/2350